TÔI CẦN GẶP TỔNG BÍ THƯ

VŨ XUÂN TỬU

TÔI CẦN GẶP TỔNG BÍ THƯ

Tiểu thuyết

NHÀ XUẤT BẢN
NHÂN ẢNH
2020

"Người ta không oán trách các sự kiện lịch sử, ngược lại, người ta cố gắng tìm hiểu nguyên nhân và kết quả của chúng".

(*Ăng-ghen*)

1.

Tam Đảo.

Sương giăng mờ mịt thung lũng, nhưng Hàn vẫn hăm hở leo núi, bụng bảo dạ, phải chinh phục đỉnh cao. Hồi lâu, vạch cỏ, rẽ cây mà trèo, bỗng nghe có tiếng thác đổ đâu đây, Hàn ngỡ tai bị ù, chững lại, vỗ vỗ mang tai, ngoay ngoáy lỗ tai; không phải sự cố cơ quan thính giác, tiếng thác vẫn kiên trì đổ ngoài cảm nhận. Hàn bèn ngồi xuống phiến đá, nghỉ, chợt thấy dưới chân có vỏ bao thuốc lá Tam Đảo bao bạc. Ôi, thế thì đã có người từng qua nẻo này, thế mà cứ ngỡ mình là người mở lối.

Chợt có tiếng huỳnh huych như trâu xuống dốc, ngó ra, Hàn thấy một chàng trai, xách can nhựa trắng, nom như quả hồng vuông Bạch Hạc khổng lồ, đang nhảy tưng tưng qua từng bậc đá. Ô kìa, người ta đã làm đường từ đời nào rồi, Hàn xăm xăm lao ra, bất ngờ bị hỏi độp một câu:

- Bác đi vãng cảnh à?

Vãng cảnh, Hàn tự ái, nhưng kìm lại, hỏi:

- Có việc gì mà chạy như hùm đuổi vậy?

- Bây giờ, hổ chỉ còn có trong vườn bách thú thôi,

làm gì còn con nào léo hánh ngoài rừng nữa mà đuổi. Cháu đi xuống hồ lấy nước, đến phiên.

Chàng trai cười, phô hàm răng hạt bắp. Bất giác, Hàn vội mím môi lại, che hàm răng xỉn, với hai răng bàn cuốc của mình.

- Trên ấy có thác cơ mà?

Nghe Hàn hỏi câu ngớ nghết, chàng trai há mồm ngạc nhiên, rồi ngoác ra cười. Tiếng cười vô tư, rổn rảng làm cho Hàn cảm thấy nhẹ nhõm, vui lây. Chàng trai hạ can nhựa trắng xuống, quệt mu bàn tay lên khóe mắt, cười nốt, rồi bả lả:

- Cháu phải đi vác nước lên trạm. Mà không phải thác đâu, hẳn bác nghe tiếng ầm ào lại ngỡ thác đổ chứ gì? Bận đầu lên trực, cháu cũng ngỡ thế, nhưng chỉ là gió thổi qua các thanh giằng cột ăng-ten thôi.

- Cao bao nhiêu?

- Ngàn rưởi gì đó, - chắc sợ bị chê là trên núi mà không biết độ cao, chàng trai biện bác, - cũng chả phải nhớ cụ thể làm gì, mở mạng in-tơ-nét (internet) là biết ngay ấy mà. Thôi, cháu chạy ù một nhoáng là lên ngay, có khi còn đuổi kịp bác đấy.

Sức trẻ lay trời chuyển đất. Từ khi bước vào tuổi năm ba, Hàn cảm thấy sự giảm sút sức khỏe, leo cầu thang đến tầng bốn đã thấm mệt, răng yếu nhai mỏi, nửa đêm về sáng đã thức giấc... Càng lên cao, tiếng ầm ào càng mãnh liệt, ngỡ như đổ xuống đầu, vội ngẩng lên, thấy cột ăng-ten cao chất ngất. Dưới chân cột, có cái bốt gác, tường dày tầm cánh tay, như cái boong-ke tránh bom, nom có vẻ đã bỏ hoang, lâu ngày.

Tiếng thác vẫn gầm gào, đầy vẻ đe dọa. Thảo nào, trong chiến tranh, người ta còn chế tạo ra vũ khí âm thanh, làm điếc tai đối phương. Cánh làm phim cũng hay nghĩ ra các loại tiếng động giả, nào là, đẩy mũ cối trên bàn tạo tiếng động cơ ô-tô, khỏa tay chậu nước thu tiếng mái chèo… Những trò giả, đích giả, nếu đặt đúng chỗ người ta đang khát vọng, có khi, hiệu quả hơn cả sự thật. Biết bao người làm đồ giả mà nên danh giá và biết bao người đã chết cho sự lừa dối, mà vẫn tưởng hy sinh cho sự cao sang.

Rồi, sau chuyến chinh phục đỉnh cao theo kiểu du ngoạn ấy, Hàn cũng không thể ngờ, ông bộ trưởng đã chỉ đạo xây dựng cột ăng-ten cao ngất trời Tam Đảo này, về sau làm tổng bí thư.

Một lần, lâu rồi, ông tổng bí thư ấy, đến làm việc với tỉnh, trong chương trình có ghé thăm cơ quan, tay trợ lý, nhờ Hàn viết giúp bài huấn thị, cho sát hợp với thực tế, chứ tổng bí thư lại nói những điều trên trời, dưới biển, thì làm sao còn thể hiện được sự chỉ đạo sáng suốt và sâu sát đến tận cơ sở. Sự việc diễn ra như kịch. Bọn sưu tầm tư liệu để viết lịch sử đảng bộ, đưa cả bài huấn thị ấy vào. Hàn vội thanh minh, bọn họ không tin, đòi xem bản thảo viết tay. Đương nhiên, sau đó, bài huấn thị ấy phải đưa ra khỏi lịch sử. Ngẫm cho cùng kỳ lý, ai lại nghe cái thằng vô danh tiểu tốt, mượn miệng lãnh tụ huấn thị. Sự đời, không cần biết hay dở, cứ phải lời lãnh tụ mới được thấm nhuần sâu sắc và triển khai thực hiện triệt để. Nhưng từ đó, trong cách cư xử của tay bí thư chi bộ đối với Hàn, vừa ngấm ngầm ghen ghét, lại vừa có vẻ chờn chợn.

Về già, nghĩ lại, thấm thoắt thế mà đã bốn năm, cái hồi đề nghị gặp tổng bí thư ở tuổi bốn chín, nay đã sang tuổi năm ba. Cái sự dự thảo bài huấn thị, viết đơn xin gặp tổng bí thư, những cuộc điện thoại bị phá sóng, và cốc nước hắt vào mặt trong cuộc rượu, có liên quan gì với nhau không? Hàn chua xót nghĩ về "tình đồng chí", cái sự bằng mặt mà không bằng lòng, những thủ đoạn bôi bẩn và triệt thoái nhau, làm suy yếu tổ chức và cản trở sự phát triển xã hội, hay chính xã hội này đã tạo ra sản phẩm ấy? Một cái thứ nửa dơi nửa chuột, liệu có sinh ra chuột, hoặc dơi chính hiệu?

2.

Đọc về sự phân kỳ xã hội của A-vanh Tốp-phơ, khác hẳn những điều mà Hàn được "nhồi vịt" trong trường đại học. Tại sao lại là văn minh nông nghiệp, công nghiệp, hậu công nghiệp, chứ không phải là chế độ chiếm hữu nô lệ, phong kiến, tư bản và xã hội chủ nghĩa; trong đó, xã hội xã hội chủ nghĩa được coi là đỉnh cao nhân loại. Tuy nhiên, cả hai đều thừa nhận thời kỳ xã hội nguyên thủy, ăn lông ở lỗ. Có ý kiến lại còn cho rằng, chủ nghĩa xã hội sẽ quay lại thời kỳ ăn lông ở lỗ. Điều trái ngược đó, làm đảo lộn mọi giá trị. Đọc sách nhiều, làm ảnh hưởng niềm tin tôn giáo, mà chủ nghĩa Mác - Lê-nin, thì cũng là một thứ tôn giáo. Các tôn giáo trên thế giới, đều khuyên con người hướng thiện, thì đạo Mác - Lê-nin lại bày cách phân chia và đấu tranh giai cấp, để phát triển xã hội! Càng đọc nhiều, Hàn càng nhận thấy sự vô lý của chủ thuyết.

Hàn ngó lơ, cảnh vật đảo lộn, vội gỡ cặp kính ra. Chợt nhớ hôm đi mua kính, bảo tay thợ là bị cận, hắn lại khẳng định là bị viễn. Mắt người ta, lại là trí thức, thế mà nó còn căn vặn: "Bác nhìn xa rõ hay gần?". "Gần". "Thế là viễn, chứ không phải cận, trên năm mươi, lên lão, nhiều người hay bị viễn thị". Hàn dán mắt vào máy đo, nó xướng: "Một phảy bảy". "Làm tròn hai phảy đi". "Nhưng khi ngoái đi ngoái lại, lấy tờ giấy, hay cái bút là cảnh vật đảo lộn, khó chịu lắm". Hàn cười mũi, mày là cái thá gì mà lên mặt dạy đời: "Hai phảy". Nghe câu nói như đinh đóng cột, lại có hơi hướng sự phật ý của khách hàng, hắn cảm thấy chờn chợn, đánh mắt nhìn và vội vã thửa kính.

Thế là từ bữa ấy, chả phải đi đâu xa, cứ ngồi một chỗ, gương cặp kính lên, ngó lơ, lập tức thấy trật tự thế giới đảo lộn. Ai phát minh ra kính, người đó làm đảo lộn thế giới! Cái tay tác giả của "làn sóng thứ ba" cũng bợm thật, dám viết những điều trái nguyên lý chủ nghĩa Mác - Lê-nin và tư tưởng Hồ Chí Minh. Tri thức cũng làm đảo lộn thế giới.

Cái độ học môn kinh tế chính trị Mác - Lê-nin, nghe giảng về "Quy luật kinh tế cơ bản của chủ nghĩa xã hội là không ngừng đáp ứng nhu cầu ngày càng cao của nhân dân và xã hội", khiến đám sinh viên ngớ ra, cho là chuyện tầm phào, làm gì có cái thứ quy luật kiểu cù nhầy thế này. Giảng viên giải thích, nó vừa là quy luật, lại vừa là mục đích của chủ nghĩa xã hội, trong cuốn Xta-lin tuyển tập, cũng khẳng định như vậy. Xta-lin nghĩa là mạnh như thép mà, đến phát-xít cũng còn chỏng gọng, huống chi là mấy gã sinh viên ăn đại táo, uống đại ẩm, ngủ đại sàng. Thôi, cho qua đi, nhưng đám sinh viên cấp tiến không những không cho qua quy luật số một này, mà còn dám kiến nghị bỏ qua cả các môn Triết học Mác - Lê-nin, Kinh tế chính trị Mác - Lê-nin… Lập tức, cái anh nhà đài BBC [1] phụ họa ngay. Thế là câu chuyện rầm rĩ lên. Một đốm lửa nhỏ, bị cả xe cứu hỏa phụt nước tắt ngóm, kẻo lan ra cháy đồng cỏ. Nhưng cái giống tư tưởng, nó đã cháy lên rồi thì không dập tắt được, có giội nước vào, nó lịm đi, nhưng lại âm ỉ bên trong, ngún mãi, chờ có gió là bùng lên.

3.

Những năm chín mươi của thế kỷ trước, chữ vi tính còn chưa có dấu, in ruy-băng dài lòng thòng như ruột mèo. Thế mà độ rày, chữ vi tính còn đẹp hơn cả chữ cải cách và in la-de rào rào. Hồi xưa, viết kiểm điểm cuối năm, cán bộ phải viết tay, hết cả buổi, khi họp, cơ quan góp ý phê bình, bổ sung, sửa đổi, nom rất chi là lem nhem. Bây giờ, dùng vi tính, một người soạn thảo, anh em ăn hôi, chỉ cần sửa cái mục "họ và tên" là xong. Nếu phải sửa chữa thì vào máy, in bản khác luôn, khung đẹp như quảng cáo, trang trọng như công văn.

Chỉ hiềm một điều, dùng chung vi tính, thì cả loạt cán bộ kiểm điểm giống nhau như rô-bốt, chủ yếu báo cáo thành tích, còn khuyết điểm chỉ vài dòng điểm xuyết, như lát ớt trong đĩa nộm, bày cho đủ mùi vị thành phần, nào là: "Chưa tích cực đấu tranh phê bình và đôi khi chưa tận dụng hết thời gian để nghiên cứu, học tập nâng cao trình độ". Không ai thật thà quá hóa ngu, đến mức tự kiểm điểm việc xà xẻo dự án, hoặc lợi dung đi công tác nghỉ khách sạn quan hệ mại dâm. Ai cũng hiểu đồng nghiệp kiểm điểm theo phương châm, đẹp phô ra, xấu xa đậy lại. Nhưng không ai dại gì bới thối nhau ra, đề phòng sự phản đòn, thì tất cả sẽ thành một đống phân. Đương nhiên, chuyện đó mà xảy ra, thì thiệt đơn thiệt kép, mất danh hiệu thi đua, mất tiền thưởng, ảnh hưởng đến nâng lương, thăng tiến. Cái thật ở cơ quan công sở là cái thật giả mà thôi.

Những năm sáu mươi, bảy mươi của thế kỷ hai mươi, bên Trung Quốc dấy lên phong trào học tập tư tưởng Mao Trạch Đông. Bên ta, to nhỏ xì xầm, làm gì có tư tưởng riêng của từng lãnh tụ, chỉ có chủ nghĩa Mác - Lê-nin thôi. Hồi ấy, Hàn còn mặc quần thủng đít, nghe như chuyện cổ tích. Đến khi hai nước choảng nhau, thì đài, báo bài xích công khai cái chuyện tư tưởng ông Mao. Bây giờ, cả nước nhộn nhịp thực hiện phong trào học tập và làm theo tấm gương đạo đức Hồ Chí Minh. Hàn lại nhận trọng trách và vinh dự làm mẫu báo cáo kiểm điểm cá nhân, mọi người chỉ độc có một việc, điền họ và tên vào chỗ trống, thế là vui vẻ cả.

Bác, đã được khẳng định là nhà cách mạng thực hành. Thế mà đột nhiên, có hàng trăm pho sách, công trình nghiên cứu về tư tưởng Hồ Chí Minh, với đầy đủ luận thuyết, có cả cơ sở lý luận, cơ sở thực tiễn, rồi thì kế hoạch triển khai thực hiện, sân khấu hóa bằng các cuộc thi kể chuyện bác Hồ, cuối cùng là sơ kết việc học tập, rồi lại tiếp tục việc làm theo.

Phong trào đang hừng hực, thì cái anh in-tơ-nét chọc gậy bánh xe, tung lên mạng hàng lô xích xông chuyện vợ, con đời tư của bác. Nhưng biết vậy, không dám nói vậy. Cả cơ quan ai cũng biết cả, nhưng vẫn học tập thấm nhuần đạo đức, chả ai dại gì hé răng ra cho đám tổ chức vặn. Tất cả đồng thanh ca ngợi bác, cả cuộc đời không một chút riêng tư. Một ông giáo sư ở Hà Nội, đưa vào hồi ký mấy cái tư liệu về chuyện ấy, lập tức bị cô lập, đánh đòn "hội đồng". Ai cũng ái ngại, thương giáo sư, nhưng không dám bênh vực ra mặt. Hàn cảm thấy bức xúc, viết một bài, yêu cầu phải tổ chức giám định cuốn hồi ký ấy một cách công tâm, khoa học, rồi tùy theo sự đúng, sai mà xử lý, chứ không nên chạy theo cảm tính, yêu nên tốt, ghét nên xấu. Nhưng báo không dám đăng. Hàn gọi điện cho thư ký tòa soạn, ông ta trả lời là đã nhận được bài, nhưng còn chờ ý kiến cấp trên. Thực tình, bức xúc thì viết vậy thôi, chứ Hàn cũng thừa hiểu, chẳng ai dám đăng bài ấy cả, vả có đăng thì cũng chẳng ai dại gì mà đi giám định, nhỡ gậy ông đập lưng ông thì sao, nên im lặng là vàng.

4.

Cán gậy trúc Tam Đảo đã lên nước nhẵn bóng, đầu rồng vẫn ngẩng cao, chỉ có râu là rụng trụi thùi lụi. Trước khi khởi hành và sau khi trở về, Hàn đều dùng khăn sạch lau gậy, chăm chút hơn cả đôi giày. Có hôm, lê bước, Hàn vẳng nghe gậy hát, giai điệu vui tươi, nhí nhảnh, làm tan biến mệt nhọc:

Ta là cây gậy đây
Chân sáo trên mặt đất
Hồn bay giữa trời mây
Mỗi khi ông chủ gọi
Là có ngay, có ngay.

Té ra, khi con người sống có tình, thì truyền được cả linh hồn cho vật. Bởi thế, con người cầm kỷ vật, cảm thấy thiêng liêng.

Một hôm, vào nhà Con Rồng, thăm phòng làm việc của Đại tướng Võ Nguyên Giáp, thấy có cái giường cá nhân và chăn màn gấp vuông vức như của chiến sỹ. Hàn cầm cái máy điện thoại từ thạch lên:

- A-lô, báo cáo đại tướng tổng tư lệnh...

Cô thuyết minh vội giằng lại, nghiêm giọng:

- Không được sờ vào hiện vật!

- Để mốc ra à?

Cô ta đỏ mặt, lừ mắt.

Thực ra, đây cũng chỉ là chiếc máy phục chế thôi, máy thật cất trong kho kia. Nghe nói, sau vụ mất ấn vàng Bảo Đại, tại bảo tàng Cách mạng, người ta không dám bày hiện vật thật ra nữa, mà toàn là đồ phục chế. Có pho tượng Phật cũng làm bằng thạch cao, bên ngoài, quết sơn nâu, nom ý như bằng gỗ. Khách tham quan tò mò, bấm móng tay thử kiểm tra, khiến pho tượng nham nhở, như bị gián nhấm. Nhưng tại sao, khi cầm cái tổ hợp đó, Hàn vẫn như cảm thấy có dòng điện thoảng qua cơ thể, mặc dù, nó chẳng nối đến Tổng hành dinh hay nhà riêng Đại tướng? Có điều gì về tâm linh chăng?

Hàn đi bộ hằng ngày, đã thành thói quen, hôm nào không cất bước là cảm thấy thiếu hụt một điều gì và đầu gối mỏi, cơ thể bải hoải. Ngoài trời, mưa độ ướt áo, Hàn cầm cây gậy lên lau và toan xuống đường, bỗng cây gậy ngọ nguậy:

Việc gì cũng chừng mực
Chớ có gắng quá sức
Hãy biết mình, biết trời
Già néo là dễ đứt.

Hàn vội nâng gậy, vái. Khiếp quá, gậy gì mà cứ như cụ nội người ta. Hàn chỉ nghĩ thầm vậy, thế mà, hình như gậy nghe thấu, cất tiếng cười khềnh khệch. Từ đó, chống gậy đi đâu, Hàn cũng phải chọn đường sạch; về nhà, không dám dựng gậy sau cánh cửa, hoặc xó nhà nữa, mà đặt trang trọng cạnh bàn thờ. Khăn lau gậy cũng giặt thường xuyên. Gậy trở thành bạn đường, tri âm.

Bữa đi thăm căn nhà hầm của bác Hồ, kề sau ngôi nhà sàn ở thủ đô Hà Nội, cô thuyết minh cắm bó hoa sen vào lọ độc bình, trên bệ cửa sổ, nơi dùng làm bàn thờ và khấn trình ngày âm lịch, báo cáo có đoàn tham quan. Rồi cô ta chỉ, cái cánh cửa kia là cửa hầm. Tường nhà đã dày như boong-ke, mà vẫn phải có hầm bên dưới nữa ư? Cạnh cánh cửa, có cái gậy, hẳn cũng là đồ phục chế. Cây gậy vô cảm, chẳng thấy cô thuyết minh ỏ ê gì đến.

5.

Thuở học trò, Hàn chép sổ tay một đoạn văn hay, nhưng lại không ghi tên tác giả. Tuổi già, đa thư loạn mục, tuy không nhớ của ai, nhưng vẫn thuộc lòng lời văn, rằng: "Đời người chỉ sống có một lần, phải sống sao cho đáng sống, để đến khi nhắm mắt xuôi tay, không ân hận những tháng năm sống hoài, sống phí".

Hàn còn vẽ dấu hỏi hình cổ ngỗng, vào khăn mui-xoa và thêu chỉ đỏ, luôn giữ bên mình, để tự nhắc nhở, phấn đấu, trở thành đội viên Thiếu niên tiền phong Hồ Chí Minh và đoàn viên Thanh niên cộng sản Hồ Chí Minh, rồi ra, sớm là đối tượng cảm tình đảng cộng sản...

Năm ấy, không biết trời xui đất khiến thế nào, mà mưa như đổ cây nước. Suối lũ cuốn về cơ man nào là sỏi cuội, viên đỏ như son, viên vàng như ngô, viên xanh như vỏ bí, viên đen như hạt nhãn… Bãi sỏi ngũ sắc long lanh dưới ánh mặt trời. Bọn Hàn đi học về, nằm lăn trên bãi sỏi, mà vẫn không lấm áo. Một hôm, nhà trường phổ biến, toàn thể học sinh đi nhặt sỏi cuội, cho ô-tô chở về xây dựng lăng bác Hồ. Thế là trống giong, cờ mở, khẩu hiệu giương cao, từng đoàn học sinh đổ ra suối, nhặt sỏi cuội, theo đúng kích cỡ đã được chuẩn hóa bằng các ống nứa, cứ bỏ vừa lọt là được. Hàn lấy cái khăn thêu dấu hỏi, cẩn trọng lau từng hòn cuội.

Một ngày nọ, Hàn qua lăng, nện gót giày trên đường bê-tông (beton), những hòn cuội lóng lánh, trong lòng thầm hỏi, liệu có hòn nào đã được Hàn lau chùi khi xưa?

Cái dạo ban đầu, vào viếng lăng, được phát cả bánh mì. Sinh viên bụng cao dạ dốc, thấy bánh mì như bắt được vàng. Bọn con cái "ông cốp" bảo, bác không phải mất mùng ba, mà đúng ngày quốc khánh đấy. Bọn nhà quê như Hàn không tin. Lại nghe, di chúc còn dặn cả người kế vị nữa, càng không tin tợn. Chỉ tin những gì Trung ương đảng cho in trên báo Nhân Dân và phát trên đài Tiếng nói Việt Nam thôi. Người dân tin tưởng trung ương đảng cộng sản, như thể con chiên tin Chúa Trời vậy.

Bây giờ, ban chấp hành trung ương công bố lại bản di chúc đầy đủ, mới biết, bác dặn, sau khi thống nhất đất nước thì miễn thuế nông nghiệp một năm cho dân và không phúng viếng linh đình, hỏa táng, tro chia ba miền, chôn lên đồi cao. Nhưng ôi thôi, trung ương lờ đi cái khoản miễn thuế, mà còn xây lăng ướp xác. Lạ thế, chữa cả di chúc, tày trời. Thời xưa, ai cả gan chữa di chúc vua, phạm tội chu di. Bây giờ, thời hiện đại, chữa di chúc chủ tịch nước, thì lại được huân chương Sao Vàng. Đó là loại huân chương cao quý nhất của nhà nước. Các giá trị bị đảo lộn và niềm tin vào Đảng Cộng sản bị xói mòn.

A, có một điều làm Hàn rất hồ nghi, xe chở thi hài của bác từ Ba Đình đến Viện quân y 108, chỉ một quãng đường ngắn qua mấy phố, lại bị lạc mất ba mươi phút nhỉ? Nhỡ có kẻ nào, nhân cơ hội đánh tráo thì sao?

Chuyện kể, bên nước Bun-ga-ri cũng xây lăng, ướp xác Đi-mi-tơ-rốp. Lăng có mười hai người bảo vệ, nhưng chi phí vận hành, bảo vệ tốn kém bằng một nhà máy. Thấy bất hợp lý, người ta bỏ đi rồi. Mình là nước nghèo, lại chơi sang, lập hẳn một bộ tư lệnh bảo vệ lăng, tốn kém mỗi năm cỡ vài trăm triệu đô-la (dollar) là ít; hơn nữa, lại trái di chúc, không hợp thuần phong mỹ tục. Nghe láo kháo đã có ý kiến, đề nghị vẫn giữ lăng, nhưng hỏa táng thi hài.

6.

Mã Pì Lèng cao chất ngất.

Nhóm vũ trang của Hàn, phải khoác súng AK báng gấp sau lưng, tay cắm dao găm vào kẽ đá, tay níu rễ cây, chân bấm mướu đá mà leo, phải loay hoay từ thửng buổi mù sương, đến lúc mặt trời đứng bóng mới lên tới đỉnh. Mục tiêu tìm kiếm đây rồi, té ra là một cây trúc, cắm trên đỉnh núi, mà ngoài huyện lại ngỡ là ăng-ten của đài lạ.

Hồi này, chiến sự biên giới ác liệt hơn cả đận bảy chín[(2)]. Các đài VTĐ của ta phát nhóm năm. Nhưng đài thu ở trung tâm huyện lỵ, lại bắt được sóng vô tuyến điện phát nhóm bốn, là đặc điểm của Trung Quốc, tiếng đập mạnh, chứng tỏ rất gần. Trên đỉnh Mã Pì Lèng lại xuất hiện cái ăng-ten cao ngất, đích thị là địch ở bên hông rồi… Tiếp cận mục tiêu, cả tổ rà soát tìm kiếm mìn gài lại, nhưng hồi lâu, không thấy gì, thở phào, cùng giương súng lên trời, mở nấc liên thanh, bắn hàng tràng cho bõ công. Tiếng súng âm vang dội xuống sông Nho Quế và có lẽ, âm vang đến tận núi Sư Tử, trên biên giới. Khoái trá, cả nhóm ngồi hóng gió, thư dãn và nhìn những đám mây bông đang bay sang phía bên kia biên giới.

Đột nhiên, có tiếng lá cây sột soạt, tiếng đá lăn lắc

cắc, khiến cả nhóm thế thủ, lăm lăm súng trong tay. Một lúc, thấy mấy anh dân quân Mông khoác súng, bò lên. Nhận ra người quen, tất cả cùng à lên. Họ hỏi, tại sao canh gác dưới chân núi, mà không phát hiện nhóm công tác của Hàn đi qua. Hàn bảo, phải giữ bí mật và chỉ cây trúc vừa nhổ xuống. Họ bảo, đấy là cái tiêu, bộ đội cắm lên đỉnh núi, để hướng dẫn dân quân bắn pháo. Cả bọn bẽ bàng, cố nhịn cười, rồi cùng dân quân xuống núi. Thì ra, con đường leo núi của người Mông đã có từ ngàn xưa, thế mà bọn Hàn không hay biết, cứ tự lần mò, bò vòng vo, nguy hiểm.

Cuộc chiến tranh chống Tàu lần này, bảo vệ tổ quốc, dân tộc, nhưng diễn ra cứ như trò đùa dai, chết người. Còn cuộc chiến chống Pháp và Mỹ, mang nặng ý thức hệ cộng sản, nhưng may sao, nó mang lại độc lập dân tộc, thống nhất đất nước; kết cục, đảng cộng sản được quyền lãnh đạo. Sự độc tài êm dịu, toàn dân trở thành tín đồ, một cách bất đắc dĩ của các thánh Mác, Lê-nin, Hồ Chí Minh. Mục đích, nhưng có tính hệ quả, Việt Nam trở thành tiền đồn phía đông nam của phe xã hội chủ nghĩa. Người dân tham gia kháng chiến, chỉ biết giành độc lập dân tộc và thống nhất đất nước, chứ đâu biết là đang góp phần vào phong trào cộng sản quốc tế, để đánh đổ chủ nghĩa tư bản, trên phạm vi toàn thế giới. Nếu ai cũng biết, Việt Minh là vỏ bọc của cộng sản, thì liệu cuộc kháng chiến chống Pháp có thắng lợi không? Nếu ai cũng biết Mặt trận dân tộc giải phóng miền Nam Việt Nam cũng là vỏ bọc của cộng sản, thì có thống nhất được đất nước không? Và bây giờ, vỏ bọc diễn ra trong các trò xã hội hóa các phong trào, hoạt động để xóa bớt khoảng cách giàu, nghèo và cứu trợ các vùng dân cư còn khốn khó, hoặc gặp thiên tai…

Về sau, Hàn viết một cái truyện ngắn về Mã Pì Lèng, được đăng báo trung ương. Hôm ghé qua tòa soạn lấy nhuận bút, nghe cánh phóng viên rí rủm, chuyện ông giáo sư đi Nhật về, kể lại. Bọn họ bảo, dân Việt Nam cần cù, thông minh chẳng kém ai trên thế giới, lòng đất giàu tài nguyên khoáng sản, nhưng vì lạc đường, nên nghèo khổ mãi.

Câu chuyện có vẻ bông phèng, nhưng làm cho Hàn nhớ lại chuyến chinh phục Tam Đảo và chiếm lĩnh mục tiêu Mã Pì Lèng, mà ngượng đỏ tai. Đường quang chẳng đi, tự dưng đâm quàng vào bụi rậm, lại cứ ngỡ mình là người tiên phong khám phá, tự mở đường mà tiến! Nhân lúc cánh phóng viên nghểñh ra nhìn một cô váy ngắn, đang đi vào toà soạn, Hàn vội lẻn ra, chuồn.

Đã lâu không về thủ đô, lần này Hàn bị hẫng hụt trước sự đổi thay của chợ Đồng Xuân, bách hóa Tràng Tiền, đến như nhà tù Hỏa Lò cũng khác và hội trường Ba Đình cũng tiêu tan. Thủ đô là trái tim của cả nước, mà nom cứ như người ốm lửng, chẳng ra khỏe khoắn, vui tươi trong hòa bình, cũng không ra ốm yếu, cáu bẳn trong chiến tranh. Thật khó nói, trong lòng thủ đô đang chất chứa một cái gì đó, không biết là kho châu báu hay thùng thuốc nổ?

Hàn nhận ra, xe máy đã nhiều hơn xe đạp. Người và phương tiện đi lại trên phố là một mê hồn trận. Hàn đã từng có dăm năm ở Hà Nội, thế mà vẫn phải hoảng sợ thét lên, khi thấy cái xe máy lao như điên, nhắm thẳng vào mình. Khi đến sát sàn sạt, thằng giặc lái mới lượn ra và cười nhe nhởn. Mãi về sau, Hàn mới biết, đấy là cách dọa người kiếm tiền của bọn du côn. Nếu ai luống cuống nhảy vào đầu xe, là bị phạt vạ ngay.

Sợ lạc giữa phố quen, Hàn vội gọi cái xe ôm, mà cả mười nghìn đồng, để qua cầu Chương Dương, sang bến xe. Tay xe ôm mách, dưới gầm cầu cũng có bến dã chiến đấy. Hàn cãi, ai cho phép. Tay xe ôm cười khùng khục, rung cả tay lái. Đến gầm cầu, hắn chỉ lấy dăm nghìn, tương xứng độ đường. Hàn thầm cảm phục lương-tâm-xe-ôm! Như vậy, đâu phải tất cả đã suy đồi?

Hình như, sông Hồng lúc nào cũng đỏ. Ban đầu, Hàn cứ ngỡ người ta lấy màu phù sa để gọi tên sau, về sau mới hay, chữ "hồng" còn có nghĩa là to lớn nữa. Đúng là sông lớn thật, thảo nào còn gọi sông Cái, nghĩa là sông mẹ và sông Cả, nghĩa là sông to. Thời xa xưa, đoạn sông Hồng chảy qua Thăng Long cũng được gọi là sông Lô nữa và đoạn sông Lô chảy qua Đoan Hùng cũng gọi là sông Hồng. Thoạt nghe, cứ ngỡ sự nhầm lẫn, nhưng thật ra, cái sự đã được duy danh định nghĩa cả rồi. Đó là sự chồng lấn khái niệm, như những con sóng giao thoa.

7.

Nhiều lần lạc đường, khiến Hàn hoang mang, đến độ nghi ngờ chính cả bản thân mình, nên có lúc, biết là đi đúng rồi, nhưng vẫn phải hỏi thêm cho chắc, rồi mới vững bước.

- Cô gái ơi, cho hỏi thăm, đây có phải đường lên trên nhà thờ không?

- Đường lên trên nhà thờ phải đi máy bay. Đây là đường bộ lên tới nhà thờ thôi.

Hàn cười cái trò chơi chữ "lên trên". Cô ta cũng khúc khích cười, cây thánh giá lấp lánh ánh vàng, đeo toòng teng trên cổ, như một đồ trang sức.

Nhớ cái bận lên Tam Đảo, Hàn còn ngó bên đường, thấy có bức phù điêu yoni, dưới chân nhà thờ cũ. Miệng đã bị đập phá nham nhở, nhưng trong khe yoni vẫn có dòng nước chảy ra, xung quanh, cỏ gà rậm rì, bên dưới có bồn nước hình lá sen. Tất cả được đặt trong mái vòm, trang trí hoa văn, nom rất trang trọng. Sự ám ảnh khiến cho Hàn hay lia mắt nhìn vào chỗ kín của các cô.

- Nhìn gì mà khiếp thế?

- Thiên đàng dẫn dụ.

Và, hôm nay cũng thế, khiến cô gái chỉ đường, mặt đỏ lựng, vội khép chân lại. Hàn cảm thấy mình đùa quá trớn, vội thanh minh:

- Tôi đã từng đến chốn này, nhưng cảnh mới, người lạ, sợ lạc lối, nên hỏi lại cho chắc. Cám ơn cô, tôi đi bộ thôi, huyết áp cao, không dám đi "máy bay của cô".

Cô gái nhận ra sự đồng điệu, bèn hỏi cầu thân:

- Anh lên thăm cha, hay vãng cảnh. Cha tháp tùng đoàn kinh lý của Tổng Giám mục rồi. Cha cũng là con mọt sách đấy.

Hàn hồ nghi, hỏi lại:

- Nghĩa là sao?

- Em nhớ ra rồi mà, có lần, em thấy anh và cha tranh luận về văn học hiện thực xã hội chủ nghĩa, với văn học hiện sinh.

Thế rồi, trước lạ sau quen, cô ta giúp Hàn cân bằng lại, tự tin hơn trên mỗi nẻo đường. Cô ngồi sau xe, nhưng trong bất kỳ hoàn cảnh nào, cũng không bao giờ để ngực chạm vào lưng Hàn, kể cả khi phanh gấp. Hình như, cô biết trước mọi điều có thể xảy ra và chủ động phòng bị. Có ai đó từng nói, viết văn tốn đàn bà. Hàn ngẫm thấy phải mà cũng chưa hẳn, bao kẻ sát gái, có viết được câu văn nào đâu. Quả thực, cuộc đời Hàn đã bị cô Thiên Đàng này ám ảnh. Cô cũng hiểu, mình đã trở thành nguồn cảm hứng của nhà văn và tỏ ra tự hào. Một ngày đẹp trời nào đó, mở cánh cửa mình, rước văn nhân lên chốn thiên đàng. Tuy chỉ là ý nghĩ thoảng qua, như mọi cô gái đang yêu, nhưng cũng khiến Thiên Đàng lâng

lâng, như bay trên mây và cảm thấy tội lỗi. "A-men, lậy Chúa tôi". Nhưng tai hại là, mỗi khi gặp Hàn, thì ý nghĩ đó tựa như cái bu-mê-răng quay trở lại, khiến cô lúng túng. Do vậy, mỗi cử chỉ, lời nói vô tình của người yêu, cũng làm cô liên tưởng và đề phòng.

Hàn vuốt tóc mai lòa xòa trên má Thiên Đàng, toan hôn, nhưng cô quay đi và cự lại quyết liệt. Hàn ngỡ ngàng, không hiểu tình cảm của Thiên Đàng ra sao nữa. Không phải là Thiên Đàng không muốn đáp lại tình cảm ấy, nhưng cô sợ không làm chủ được bản thân, nên phòng bị thái quá.

Hàn thì lại nghĩ khác, cho rằng mình lầm tưởng, ngỡ thế này, nhưng sự thực lại vận động theo hướng khác. Vẫn là con sông ấy, nhưng khúc này gọi một tên, khúc kia gọi tên khác, thậm chí, còn hoán đổi lẫn nhau, làm cho rối tinh cả lên, như thể tình cảm đàn bà, chẳng biết đâu mà lần. Hàn từng bị thác ảo và hay lạc đường, nên nghi ngờ trở thành hội chứng. Chẳng lẽ, cuộc đời chất chứa toàn ảo tưởng và lầm lạc, cả xã hội cũng không tưởng sao? Thế thì, cả cuộc đời nhọc công làm gì, cả xã hội cũng hy sinh làm gì? Tất cả cương lên mà sống, dồn sức mà tiến, cuối cùng, nhận ra sự lầm lạc, vô vọng. Nếu sự thực như vậy, sẽ dẫn đến khủng hoảng tinh thần, đổ vỡ tư tưởng và lung lay nền móng. Bên Nga, có câu chuyện Ông lão đánh cá và con cá vàng, bà vợ với lòng tham lam vô độ, tưởng đã lên thiên đàng rồi, cuối cùng, lại quay về với "cái máng lợn vỡ", thì cũng phải chấp nhận thôi, sự phù phiếm bay mất. Đó là sự đau đớn và bẽ bàng tột cùng. Nhưng trời còn cho người một câu thần chú: "Cùng tắc biến, biến tắc thông".

8.

Vừa từ cơ quan trở về, đã nghe chuông điện thoại đổ dồn, chắc là từ quán bia ven hồ, nơi chiều tà, mấy anh em cùng cạ, hay bù khú, nuốt nước miếng, Hàn nhấc ống nghe, mau miệng hỏi:

- Bia hả?

- Thưa, có phải nhà văn Hàn không?

Hàn đớ người, giọng con gái Nam Bộ ngọt ngào, ai vậy nhỉ?

- Vâng, tôi đây.

- Em là phóng viên tạp chí Người đương thời, muốn phỏng vấn anh chút xíu. Thưa, xin anh cho địa chỉ i-meo (email) để tiện trao đổi.

Hàn lúng túng:

- Tôi không nối mạng, không có hộp thư điện tử.

- Trời. Cảm phiền anh cho số điện thoại di động, để phỏng vấn từ tòa soạn vào ngày mai.

- Nhưng mà, tôi cũng không có máy di động.

Có tiếng kêu đầy vẻ thất vọng, thương cảm, thoảng phía đầu dây và cuộc phỏng vấn bất đắc dĩ, được tiến hành ngay, không kịp chuẩn bị gì cả.

Bây giờ, có điện thoại di động, Hàn lại cảm thấy như nô lệ của nó, lúc nào cũng phải cặp kè bên hông, giống như cái mõ đeo cổ trâu, cái chuông đeo cổ bò. Từ khi nối mạng in-tơ-nét, Hàn lang thang cả buổi trên mạng, nhảy từ oép-xai (website) này sang bờ-lốc (blog) khác. Mạng, đó là cả thế giới, từ phim, ảnh, họa, nhạc, văn, thơ, sân khấu, tin tức thời sự, đến sự kiện, đời tư các nhân vật nổi tiếng. Tầm văn hóa cũng đủ loại, từ cao sang, lịch lãm, đến chửi thề, thô tục... Một xã hội thu nhỏ, một thế giới trong nhà, một người bạn sẻ chia, một kẻ thù chiến đấu... Đó, chính là in-tơ-nét.

Hàn đọc qua mạng, những chuyện thâm cung bí sử về phe xã hội chủ nghĩa trên thế giới và về Đảng Cộng sản Việt Nam, cả về những lãnh tụ, cho đến những nhân vật có tư tưởng cấp tiến, như: Nguyễn Hộ, Trần Độ, Vũ Thư Hiên, Hoàng Minh Chính, Trần Xuân Bách và tra bản gốc những câu thơ của Tố Hữu, Hữu Thỉnh, Trần Dần, Lê Đạt... mỗi khi cần trích chép. Lắm lúc, Hàn lướt mạng mà cảm thấy hoảng sợ, y như kẻ trộm bị bắt quả tang, hoặc như kẻ tàng trữ đồ quốc cấm bị lộ tẩy. Có lúc, Hàn lại khoái trá khi xem một đoạn clíp hài Sác-lô, mê mẩn xem phim tình dục Kim Bình Mai, của đạo diễn Văn Kỳ, đắm chìm nghe Khánh Ly hát ca khúc Trịnh Công Sơn, có khi lại nghe một giọng đọc hải ngoại, về những bài thơ tân hình thức... Từ chỗ thờ ơ, lạ lẫm, bỡ ngỡ đến độ nghiện. Ôi, nếu không có in-tơ-nét thì con người sẽ còn u mê đến đâu, thế giới lạc hậu đến chừng nào?

Có lẽ, cánh tuyên giáo là ghét in-tơ-nét nhất. Bởi, đang tuyên truyền rầm rộ, phong thánh cho lãnh tụ và đặt lên bệ thờ độc tôn chủ thuyết, thì in-tơ-nét khơi ra hàng mớ tài liệu hạ bệ thần tượng và phanh phui sự phi lý của chủ thuyết. Đến nỗi, hàng triệu người, cảm thấy mình bị mê hoặc, lý tưởng trở thành ảo tưởng. Người ta mất niềm tin nơi xã hội, nhưng rồi lại cảm thấy tự tin hơn vào cuộc sống, tự khẳng định cá nhân mình. Khi chủ nghĩa tập thể hình thức bị tan vỡ, thì con người đi vào cá nhân, khai thác tiềm năng người, mà bấy lâu bị bỏ qua, bị che giấu, bị vùi dập. Chủ nghĩa xã hội không tưởng đã đổ vỡ cả về lý thuyết và thực tiễn.

Hàn bỏ thuốc lá từ lâu, nay tự dưng hút lại, mặc dù biết, hút thuốc lá sẽ làm cho huyết áp đang từ một trăm ba mươi mi-li-mét thủy ngân, có thể tăng vọt, nguy cơ gây tai biến mạch máu não, có thể dẫn đến liệt chi, không cầm bút được nữa. Nhưng tự trong lòng thôi thúc và sự đòi hỏi của trí óc. Hồi xưa, Hàn thường hút Đan-hiu (Dunhill) vỏ đỏ, bỏ bẵng hàng chục năm, nay hút loại Ngựa trắng, vỏ bao có vẽ hình con ngựa trắng đang nhảy nước kiệu. Hình như, thuốc lá kích thích trí óc và tình dục, rất cần cho người cầm bút. Tình dục khơi thông trí tuệ, thăng hoa cảm xúc.

9.

Đi học về, Hàn thường lân la sang nhà ông lão hàng xóm, xem đan nong, nia, giần, sàng, thúng, mủng và giậm. Lâu dần, Hàn cũng tự đan được tất cả, đủ cho nhà dùng. Lần đầu tiên, vác cái giậm và bàn đạp do tự mình làm, Hàn cảm thấy hãnh diện. Bọn trẻ con chạy theo hàng đoàn. Mỗi mẻ cất lên, chúng xô vào cướp cà cuống, niềng niễng. Hàn vui lâng lâng, nhặt những con tôm đang giãy đành đạch, bỏ vào cái giỏ cũng tự đan đeo lủng lẳng bên hông.

Ngoài thú đan lát, Hàn còn cắm cúi đọc tất cả các loại sách, có được trong tay. Cái chất tinh túy của sách, thấm vào người từ lúc nào, mà viết văn được. Có lẽ, viết văn cũng giống như đan lát chăng? Đầu tiên là sự tò mò, ham mê, thử, rồi nên tấm nên miếng.

Hàn là người có nhiều hoa tay, chín cái, được làng xóm khen là khéo tay. Hàn còn truyền thần được cả chân dung bác Hồ. Bọn trẻ con hàng xóm vô cùng thán phục, khi chia phần, thường dành cho Hàn quả ổi ta hơn. Mỗi khi có cái kẹo, Hàn được ngậm lâu hơn, rồi mới lè ra cho đứa khác. Trong con mắt bọn trẻ, bác Hồ là thánh thần. Đi học, gặp lũ suối tràn bờ, cả bọn nắc nỏm, bác Hồ sẽ nhảy qua được đấy. Về sau, xem tập ảnh chiến khu Việt Bắc, thấy bác đang bò qua cái cây đổ, bắc ngang dòng suối, thì cả bọn thất vọng. Tại sao bác không bay qua nhỉ? Học chữ cũng bảo là chữ bác Hồ, lớn lên mới biết là chữ ấy, do mấy cố đạo, trong đó có A-lếch-xăng Đờ Rốt, dùng chữ La-tinh (Latin) phiên âm chữ Nôm mà thành. Thầy, cô dạy bảo, ca ngợi công ơn trời biển của bác, mới có cơm no áo ấm. Nay nhìn ra nước ngoài, thấy họ giàu có hơn, ta phải chạy theo hàng nửa thế kỷ nữa mới kịp họ, bây giờ. Mà nước họ thì chẳng cần có đảng, bác gì sất cả!

Thế là thế nào nhỉ? Hình như, càng hiểu biết thì càng khủng hoảng lòng tin, nên đảng ra sức bưng bít thông tin. Hàn tự tay đan giậm, tự chân đạp và nhặt tôm, bọn trẻ con đi theo thì lấy cà cuống, niềng niễng. Tất cả cùng hưởng lợi, vui vẻ, không ai lừa ai và cũng không lừa chính mình. Nhưng cả đời phấn đấu cho lý tưởng, cuối cùng mới tự biết là ảo tưởng, còn lãnh tụ thì danh giá, đặc quyền đặc lợi, có người bảo vệ xung quanh, cơm bưng nước rót trọng vọng, tiền của, cơ ngơi sang trọng. Chỉ có điều lạ, đám người như bọn Hàn, lại được gọi là ông chủ, còn lãnh tụ, thì chỉ tự nhận mình là đầy tớ thôi. Bị dụ dỗ suốt cả cuộc đời, thế mà ai cũng tin, nói khác đi thì bị quy là phản động. Trong xã hội, loại người hèn kém, thường bị người khác lừa và đồng thời cũng tự lừa cả mình, coi đó và vinh dự, chiến đấu cho lý tưởng, không chỉ cho ta, mà còn cho cả loài người nữa cơ.

Xã hội lấy thang bậc chức tước làm thước đo, khiến mọi người đổ xô vào mà tranh giành, tước đoạt. Đó là một sự nguy hiểm, liên quan đến sự trường tồn của đất nước. Nhưng nguy hiểm hơn, nó lại được che đậy dưới hình thức mỹ miều là hy sinh cống hiến phục vụ nhân dân. Một khi người ta tỉnh ngộ, thì niềm tin sẽ bị tan vỡ.

10.

Mũ phải đội trên đầu
Giày phải dận dưới chân
Áo phải mặc trên thân
Quần phải ngang đến rốn.

Nghe Hàn đọc bài thơ, đám biên tập viên và thư ký tòa soạn cười ầm cả lên, bình phẩm:

- Thế mà cũng gọi là thơ à? Xếp loại thơ "con cóc hiện đại" thôi.

- Chí ít, cũng phải biên tập lại thế này:

Trên đầu ta cái mũ nở hoa
Và dưới chân đôi giày vạn dặm
Tấm áo đỏ che trái tim nồng ấm
Và trong quần "chim", "bướm" vỗ cánh bay.

Tiếng cười lại ré lên. Tay thư ký tòa soạn thận trọng, hỏi ngọn ngành:

- Thơ của ai vậy?

Hàn thành thực:

- Thơ của ông chủ nhiệm liên hiệp các hợp tác xã, khóa này, dự kiến phụ trách văn phòng hội, khi làm quen công việc sẽ lên làm chủ tịch hội văn học nghệ thuật. Các anh trên, bảo tôi chuyển cho báo ta bài này, tạo dư luận dọn đường.

Cả bọn đờ ra, im thin thít như thịt nấu đông. Hồi lâu tỉnh mộng, lại húm vào:

- Thực ra thì không đến nỗi, chẳng qua, anh em "văn nghệ" tý chút. Ai có mồm thì nắp, có cắp thì đậy nhá. Mẹ thằng nào khai thằng nào.

- Ngẫm lâu mới thấy, bài thơ có tính tổng kết, chỉ đạo. Nếu thơ ca quanh quẩn chuyện yêu đương, suốt ngày anh anh em em, thì dễ làm tổn thương ý chí và phong trào cách mạng tiến công.

- Nói đến cách mạng tiến công, lại nhớ đến chuyện, phải viết thu hoạch bài giảng của thầy, về ba dòng thác cách mạng(3). Bao giờ mới xong được cái anh trung cấp chính trị đây?

- Thì có cái bằng ấy, mới vững ghế thư ký tòa soạn.

Trong lúc, Hàn cũng đang nhớ lại lý luận chính trị cơ bản, đã được học trong trường đại học, thì bọn biên tập viên đã nháy nhau chồn lẹ. Trong phòng, chỉ còn tay thư ký tòa soạn, bẽ bàng với bài thơ "con cóc hiện đại". Nhìn hắn cầm chặt bài thơ mà thấy tội nghiệp, chắc sợ "con cóc nhảy ra", thì dẫu có bằng trung cấp chính trị loại giỏi, cũng phải bật khỏi cái ghế đang ngồi.

Ban đầu, Hàn cứ ngỡ, chịu sự lãnh đạo toàn diện tuyệt đối của đảng, là ưu việt nhất thế giới, cho nên, mới đưa cách mạng qua thắng lợi này đến thắng lợi khác. Về sau, ngộ ra mới biết, đó là sự toàn trị, siêu áp bức, làm thui chột mọi sự sáng tạo tự do và dân chủ phản biện, muốn tồn tại chỉ có cách vâng phục.

Hàn buồn, hút thuốc lá liên miên, cái gạt tàn bằng sứ đã đầy ắp, tàn thuốc vấy bẩn cả những bông hoa đào, vẽ xung quanh.

Sự đổ vỡ dây chuyền, ban đầu là cảm nhận về hiện tượng xã hội, rồi hệ thống thành bản chất chế độ, dẫn tới sụp đổ về tư tưởng. Tuy ngoài mặt, vẫn cố tỏ ra bình thản, nhưng trong lòng đã rạn vỡ cả rồi. Lặng bằng ao, động bằng bể. Hàn trầm hẳn xuống, chẳng muốn giao đãi quan hệ với ai nữa, tìm cách ẩn mình. Hàn triền miên suy nghĩ về thời cuộc, bản thân và gắng giữ lời ăn tiếng nói, sợ có điều gì sơ xuất, lại bị quy kết ăn phải bả âm mưu diễn biến hòa bình của Mỹ, hoặc đã tự diễn biến hòa bình, hoặc liên hệ phần tử xấu, hoặc quan hệ nước ngoài, hoặc sáng tác trái quan điểm của đảng, thoát ly phương pháp hiện thực xã hội chủ nghĩa, hoặc…

Dạo này, thời tiết khí hậu thất thường, cứ như những cậu bé, cô bé đành hanh, hết hiện tượng En Ni-nô, lại đến La Ni-na. Trái đất như bị luộc trong cái lò bát quái, bằng bão từ, hạn hán, động đất, sóng thần, ngập lụt… Không biết những hiện tượng thiên nhiên bất lợi cho mùa màng, cây cỏ, gia súc, có tác động đến tâm lý, tư tưởng con người không, mà Hàn cảm thấy bức bối khác thường? Chắc hẳn là có, nhưng liệu đến mức làm người ta phát điên, phản kháng không? Xã hội chủ nghĩa tác động đến con người bằng chỉ thị, mệnh lệnh, có thể đẩy con người đến đường cùng, quẫn bách, phát điên. Nó tạo ra sự tổn thương mà không nhìn thấy vết thương, rồi bỏ tất cả vào rọ "biểu hiện tâm thần chính trị". Người tỉnh táo, có thể đối phó bằng cách lừa dối lại, bên ngoài tỏ ra vâng phục, nhưng tìm cách lãn công, bỏ mặc. Thái độ thờ ơ, bỏ mặc lan tràn như bệnh dịch trong xã hội, phá vỡ các quan hệ xã hội truyền thống.

Quả thực, có lúc Hàn cảm thấy bức bối, cáu gắt vô cớ, khi bị phật ý một điều gì đó, mà lúc bình thường, lại có thể bỏ qua, không đếm xỉa. Rổ bát phơi nắng, những cái đũa gỗ cong như ngà voi bé xíu, Hàn bực tức bẻ gãy đôi, khiến cả mâm cơm lặng lẽ đưa mắt nhìn nhau. Cắm nhầm chìa khóa vào ổ, không rút chìa ra được, Hàn nện ba nhát búa, làm cả ổ khóa văng ra. Cái áo may-ô bị mặc lộn đằng trước ra đằng sau, thít vào cổ, Hàn giật một phát, đứt phăng… Một sự xì-trét. Phải gặp bác sỹ hướng dẫn xả xì-trét, nhưng làm thế lại lòi cái đuôi cho người ta giật. Thói đời, kẻ hoạt động văn học, nghệ thuật và khoa học, công nghệ thích khen tài năng, người hoạt động chính trị, xã hội thích tụng ca sáng suốt, chứ ai lại nhận mình hèn kém, ngu tối. Thế là, Hàn lại theo "con đường bộ lên tới nhà thờ".

Không gặp Thiên Đàng, Hàn vừa đi vừa tủm tỉm cười, nhớ lại trò chơi chữ bữa nào. Cha xứ đã theo đoàn kinh lý trở về, nhưng vập mặt vào vụ nhà thờ bị trưng dụng làm công trình văn hóa, thể thao, nên cố dãn gương mặt cau có mà nở nụ cười xã giao. Hàn hiểu tâm trạng ấy, lăng quăng một lát rồi cáo lui, nghĩ bụng, không thể kéo dài, kẻo lại xả xì-trét vào nhau.

11.

Từng đám da bàn chân đã rộp lên và bong ra, cuối cùng, cả lớp da bàn chân tự thay mới, y như thể người ta thay cái lót giày vậy. Đến bây giờ, Hàn mới nhìn kỹ bàn chân của mình, giữa lớp da lòng bàn chân và mu bàn chân giao nối với nhau, đan vào nhau mềm mại, hài hòa đến độ kỳ diệu. Hàn săm soi mãi mà không phân biệt được điểm giao nối một cách rõ ràng, chúng mờ chồng vào nhau. A, cả da lòng bàn tay và mu bàn tay cũng vậy, không hẳn thành vệt như phác-mơ-tuya, hay nút cúc. Tại sao lại có sự kỳ diệu ấy? Có phải tạo hóa sinh ra vốn thế, hay do quá trình tiến hóa của loài người? Không thể giả thuyết rằng, hai loại da ấy, ban đầu, khớp với nhau như khâu, sau đó tiến hóa dần, mới hòa lẫn vào nhau. Có phải, tất cả các loài tứ chi đều thế không?

Thuở học trò, Hàn rất tin vào thuyết tiến hóa loài người, người từ vượn mà ra. Nhưng đến một lúc nào đó, liệu người có thể quay lại vượn, hoặc tiến hóa thành giống gì khác nữa? Ước muốn hão huyền, khéo lại qua về "cái máng lợn vỡ". Chủ nghĩa xã hội tiến lên chủ nghĩa cộng sản chẳng thấy đâu, lại quay về chủ nghĩa tư bản. Những gì vận động hợp quy luật thì tồn tại và phát triển, những gì duy ý chí, cố ép thì sụp đổ, tiêu vong. Sự sụp đổ, tiêu vong của xã hội kéo theo hậu quả thảm khốc, liên quan thân phận hàng triệu, hàng chục triệu, hàng trăm triệu con người. Nhưng có ai chịu trách nhiệm không?

Khi Liên Xô và Đông Âu sụp đổ, Hàn choáng váng, không tin vào sự thật. Tại sao có sự đảo lộn thế giới ghê gớm đến vậy? Thời kỳ Liên Xô bùng nhùng, Hàn đi dự hội nghị ở Hà Nội, nghe một ông ủy viên bộ chính trị, giải thích: "Chẳng qua, như sốt mọc răng thôi. Con voi to quay đầu thường chậm". Hàn nghĩ, ông ta không lừa dối mọi người, mặc dù, người ta cũng có khi tự lừa dối cả bản thân mình, mà đó là do nhận thức, phân tích thông tin chỉ ở mức vậy thôi. Có lẽ, không riêng gì ông ta, mà hầu hết cán bộ lãnh đạo cao cấp cũng như vậy. Bởi, ta không có đủ thông tin, sự dối trá lẫn nhau đã thành nếp sống, thành lẽ sống từ lâu mất rồi. Thế là, ụp một cái, đi tong tất cả, thành trì của chủ nghĩa xã hội cũng đổ vỡ tan tành, huống là…

Chuyện đã qua, không nói lại làm gì, nhưng hiện thời, nếu có ai cả gan hô to lên rằng, đường cụt rồi, quay lại, kẻo lao xuống vực đấy! Thì lập tức sẽ bị quy là phản động, hoặc tâm thần chính trị. Những kẻ a dua theo đoàn tàu vô định không phanh, chộp cơ hội, ra sức vơ vét, thì lại được coi là lập trường tư tưởng vững vàng!

Hàn nghĩ, rất nhiều người, thậm chí hàng triệu, chục triệu, phần lớn trong số đó là cán bộ, đảng viên, lãnh đạo các cấp, trí thức, văn nghệ sỹ… đa số là những người ưu tú, nhưng lại bị dẫn lầm đường, tuy biết rõ số phận bi thảm của dân tộc, không chóng thì chầy sẽ sụp đổ, nhưng không mấy ai dám lên tiếng cảnh báo. Phần đông mũ ni che tai, cầu an; thậm chí, không ít kẻ ngậm miệng ăn tiền, đục nước béo cò, đến khi xã hội chuyển đổi, thì đã có lưng vốn kha khá, và có tiền sẽ an thân. Bao máu xương anh hùng, liệt sỹ đổ xuống cho độc lập, thống nhất đất nước, thành công cốc. Xã hội mơ ước, đâu phải ngõ cụt thế này?

Sẽ có một ngày, diễn ra sự trớ trêu, những người cảnh báo nguy cơ, những người cấp tiến, đấu tranh cho tự do, dân chủ, mang lại lợi quyền cho dân tộc, đất nước, thì đã bị dập vùi, trắng tay. Còn bọn cơ hội thì xênh xang, nhà lầu, xe hơi, vàng bạc tích trữ, đô-la gửi ngân hàng nước ngoài.

Muốn an thân thì thuận theo thời. Đó là triết lý sống của bọn cơ hội. Còn kẻ sỹ, văn nhân chân chính, cấp tiến, phải là lực lượng xả thân vì dân tộc. Đó là vấn đề tự thân, không ai bắt buộc. Văn nhân, kẻ sỹ hoàn toàn tự nguyện dấn thân, cống hiến cho xã hội.

Xã hội tư bản cũng không phải là thiên đàng, quá trình phát triển cũng thấm đầy máu và nước mắt; hiện thời, cũng không ít bất công và khổ đau. Còn chủ nghĩa xã hội tự nhận mình là giai đoạn đầu của chủ nghĩa cộng sản, thiên đường của nhân loại, thì cũng thấm đầy máu và nước mắt, nhưng do ảo tưởng, phi thực tế, nên sụp đổ. Người ta phải nghĩ cách đổi màu, dựa theo các tiêu chuẩn tư bản, mà gọi chệch đi là tiêu chuẩn thế giới và lèo thêm cái đuôi "định hướng xã hội chủ nghĩa". Định hướng xã hội chủ nghĩa ư? Một lúc nào đó, sẽ quay lại xã hội chủ nghĩa, lại quốc hữu hóa, lại vào hợp tác xã, lại xếp hàng mua vé xe khách và mua muối, mắm ư?

Xã hội sẽ đổi thay là một yếu tố khách quan, nhưng bằng cách nào êm thấm, không đổ máu, giảm thiểu sự chết chóc cho muôn dân. Hàn mơ ước, nếu xã hội chuyển đổi mờ chồng như kiểu lớp da bàn chân và mu bàn chân, thì kỳ diệu xiết bao. Ai làm được điều đó giúp dân, sẽ được dân phụng thờ, như Mi-kha-in Xéc-gây-ê-vích Goóc-ba chốp. Liên Xô, Đông Âu nhờ ông ta mà chuyển sang xã hội tư bản êm thấm, không một tiếng súng, không có cảnh đầu rơi máu chảy. Trong khi đó, khối hiệp ước quân sự Vác-sa-va có hàng triệu quân, trang bị từ súng AK đến tên lửa vượt đại châu gắn đầu đạn hạt nhân, bom nguyên tử… Mấy chục triệu đảng viên cộng sản cũng không ai phản kháng công khai. Bây giờ, đời sống, xã hội đang phát triển trở lại, êm như nhung. Cách mạng nhung lụa là thế chăng?

Hàn buồn, châm điếu Ngựa trắng và ư ử tập Kiều, trong làn khói thuốc:

Đau đớn thay chuyện phe nhà
Lời rằng sụp đổ cũng là lời chung.

12.

Thông thường, người ta pha cà-phê bằng cách đổ bột cà-phê vào phin, lèn chặt bằng vỉ, rồi đổ nước sôi lên trên, nước cà-phê được hứng vào cái tách đặt bên dưới. Nhưng lần này, Hàn chứng kiến một quy trình đảo ngược, nước sôi bên dưới, phin cà-phê bột bên trên, dùng pít-tông nén cho phin bột chìm xuống, nước cà-phê trào lên trên, rồi rót ra tách. Có lẽ, cái khác nhau cơ bản là pít-tông nén, một thứ máy đơn giản. Nhưng để làm ra cái quy trình ngược đó, trước hết phải đảo lộn tư duy. Tuy có sự trái ngược như vậy, nhưng cái đích cuối cùng vẫn là sản phẩm: tách cà-phê thơm ngon.

Muốn có máy móc công nghiệp phải có tư duy đổi mới sản xuất. Cũng là sản phẩm ấy, nhưng nó lại biểu hiện ở những trình độ sản xuất khác nhau. Bên Tây, đã bước sang thời kỳ hậu công nghiệp, bên ta mới đang chuyển từ nông nghiệp sang công nghiệp, nhưng lại thích đi tắt đón đầu. Tư duy đi tắt đón đầu tưởng khôn ngoan, nhưng thực ra là tư duy tiểu nông, buôn bán nhỏ. Đó lá thứ mẹo mực đánh du kích trong chiến tranh, láu cá trên thương trường. Thứ tư duy đó, lại đẻ ra một nền sản xuất manh mún, chụp giật, ăn xổi ở thì. Chúng ta, từ dân nhược tiểu trưởng thành, nên hay có kiểu ăn theo, học lỏm, bắt chước và luôn bị ám ảnh toàn diện từ Trung Quốc. Bọn Hàn cũng biết thóp, cứ nghe ngóng xem Trung Quốc có chính sách gì mới, thì sớm muộn, bên ta cũng dập khuôn "một cách sáng tạo vào hoàn cảnh thực tế Việt Nam". Bên Trung Quốc có tư tưởng Mao Trạch Đông và sùng bái Mao Trạch Đông, thì bên ta cũng có tư tưởng Hồ Chí Minh và cũng sùng bái Hồ Chí Minh. Bên tê có chính sách tam nông, thì bên ni cũng ra đời chính sách nông dân, nông nghiệp, nông thôn. Và, vân vân…

Hồi xưa, Hàn trả lời báo Thể thao & Văn hóa, về vấn đề sáng tác văn học đề tài nông thôn, liên hệ thời kỳ tích lũy tư bản bên châu Âu, thế mà chi bộ nêu ra, có ý nhắc nhở, phát ngôn trước báo chí mà không có sự chỉ đạo theo quy định Mười chín điều đảng viên không được làm. Hàn chột dạ, nhưng ngồi im, nếu phản ứng sẽ bị ghi biên bản. Sau cuộc họp, Hàn mới tỷ tê rằng, báo ấy là của Thông tấn xã Việt Nam, có sự quản lý của trung ương đảng đấy. Âu cũng là một sự láu cá, nhưng thế mà êm.

Sau này, khi triển khai vấn đề tam nông, thì không ai nói cạnh khóe gì nữa. Đi tắt đón đầu, có khi lại là tiền đầu bất lợi. Trứng mà đòi khôn hơn vịt là dễ bị đập vỡ, hoặc om cho ung. Hình như, những người có ý kiến cấp tiến, tham gia cái mục Bàn tròn văn học, bị đặt trong tầm ngắm bắn tỉa. Viên đạn vô hình găm vào, khác nào nguyên tử bị đánh dấu.

Bây giờ, xem trên mạng in-tơ-nét, Hàn mới biết, cuối thế kỷ hai mươi, một đoàn cán bộ cao cấp của đảng, nhà nước đã bí mật sang Thành Đô[4] nộp mạng, nhằm cứu vãn sự sụp đổ của chủ nghĩa xã hội ở Việt Nam, do

Đảng Cộng sản cầm quyền. Cái gì đủ trọng lượng để mặc cả với Trung Cộng, ngoài lợi ích dân tộc?

Kết cục hội nghị Thành Đô, một ông cựu bộ trưởng ngoại giao đã đánh giá: "Một thời kỳ Bắc thuộc rất nguy hiểm đã bắt đầu". Rõ là:

Vì tồn vong của đảng
Bán đứng cả giống nòi
Sang đất giặc quy hàng
Ngàn năm khôn rửa nhục.

Thành Đô? Ký ức hành nhớ lại, tuổi thiếu niên đọc Tam quốc diễn nghĩa, của La Quán Trung, thế kỷ thứ ba, Lưu Bị lập nghiệp, định đô ở Thành Đô, đến đời con thì hàng Ngụy.

13.

Đêm.

Sau khi hoàn thành dăm ba trang bản thảo, Hàn mới lững thững đi bộ quanh hồ công viên thị xã. Giờ này, đoàn người đi bộ, hành quân tấp nập từ độ chập tối đã tản về các gia đình, chỉ còn lại bên đường những đôi tình nhân. Hàn lặng lẽ đi, vừa tư duy tác phẩm dang dở, vừa tránh các đôi đang mê mải ôm nhau, dưới tán những cây ban đỏ. Khi được tự do, người ta làm cái việc mà người ta ham muốn và bỏ lại sau lưng cái tập đoàn, hội nhóm rời rạc.

Đêm thanh, Hàn nghe rõ tiếng gót giày của mình nện trên nền đường lát gạch. Những viên gạch đất nung, to bằng bao thuốc lá, đẹp như chiếc bánh bích quy, khía cạnh múi khế. Bao nhiêu bàn chân, nào giày, nào guốc chà sát hàng ngày, thế mà vẫn trơ trơ. Tiếng cá đớp trăng lõm bõm. Tiếng thầm thào, khúc khích tình đêm. Tiếng lá cọ mình xào xạc. Kìa, ngọn đèn đỏ báo hiệu độ cao ăng-ten truyền hình. Vài ba vì sao thưa thớt, trên nền trời đen sẫm. Bàn chân đi bằng thói quen, lặp lại đã nhiều đêm. Hàn cứ nghĩ và chân cứ bước, tựa hồ như ý nghĩ và cử động bước chân không liên hệ gì với nhau trong cùng cơ thể.

Tự dưng, Hàn nhớ đến một bài báo, nói về mấy anh lính Nhật, một lòng trung thành với Nhật Hoàng. Năm 1945, Nhật Hoàng sợ quả bom nguyên tử thứ ba, Mỹ dọa sẽ thả xuống thủ đô Tô-ky-ô, nên đã vội vã đầu hàng đồng minh, góp phần chấm dứt chiến tranh thế giới thứ hai. Thế mà mấy cụ lính chinh chiến trong rừng rậm Đông Nam Á, lạc đơn vị, không hay biết gì, sang thế kỷ hai mươi mốt rồi, mà vẫn ngóng chờ lệnh chỉ huy. Ô, liệu Nhật Hoàng có giống luồng tư duy tác phẩm và mấy cụ lính có giống bước chân bộ hành? Tuy một mà hai, tuy hai mà một!

Ý nghĩ cao siêu đến mấy, cũng không quán xuyến được mọi hoạt động của cơ thể. Đầu não quan trọng, chỉ huy, nhưng cũng chỉ là hoạt động chức năng. Ý chí không thể chỉ huy toàn diện, tuyệt đối hoạt động của các cơ quan trong cơ thể được. Não có thể ra lệnh ngừng thở dăm bảy phút, nhưng liệu có thể ra lệnh ngừng tim? Có thể lắm chứ! Chả có chính sách tam nông nhập ngoại, thì dân vẫn đầu tắt mặt tối trên thửa ruộng của mình, cuốc đất lật cỏ, lấy gạo mà ăn. Trung ương chỉ đạo chia ruộng cho dân, thực hiện chủ trương "người cày có ruộng", rồi vận động góp ruộng vào hợp tác xã nông nghiệp, chán chê mê mỏi lại khoán hộ, khoán người, chia ruộng ra, sau đó làm chuyện dồn điền đổi thửa… Và rồi lại gì nữa, trong cái xê-ri trò chơi chính trị, cuối cùng, lại trở về với "cái máng lợn vỡ".

Khi đất nước có chiến tranh, nông dân đầu quân đông đàn dài lũ và được tụng ca, nông dân là quân chủ lực. Hòa bình, nông thôn, nông nghiệp, nông dân là một phòng thí nghiệm khổng lồ, cho trung ương đảng, tỉnh ủy, thành ủy, huyện ủy, thị ủy và đảng ủy cơ sở xã, phường, thị trấn, thực hiện thí nghiệm các chính sách và phong trào. Các cuộc thí nghiệm đều thất bại, nhưng không ai chịu trách nhiệm, ngoài nông dân. Từng đoàn ông chủ là nông dân đội đơn, giương khẩu hiệu kéo nhau vào thị trấn, thị xã, thành phố, thủ đô khiếu kiện đất đai, đã bị những người đày tớ cho xe ô-tô xúc về bản quán, để giải quyết tại địa phương, giữ vững ổn định an ninh, trật tự! Một khi nông dân biểu tình, phản kháng là trung ương mất hậu phương, mất căn cứ địa rồi, lòng tin đổ vỡ từ cội nguồn. Điều đó, báo hiệu một cuộc khởi nghĩa nông dân, có thể nổ ra bất kỳ lúc nào. Nông dân tuy giảm sút lòng tin vào đảng, nhưng vẫn sùng bái lãnh tụ Hồ Chí Minh, nên các biểu tình vẫn tung hô khẩu hiệu: "Bác Hồ muôn năm", bên cạnh biểu ngữ: "Đả đảo tham nhũng".

Hàn chạy xe mô-tô vào các xóm xa bản vắng, cảm nhận sự tiêu điều, lòng nhói lên nỗi xót xa. Những nhà văn hóa thôn bản mọc lên khắp nơi, rồi bỏ cho cỏ mọc rêu bám, vì người ta không biết dùng nó làm gì, ngoài mấy buổi họp thôn bản. Nhưng nếu lật sang trang kia của vấn đề, sẽ thấy dự án đồ sộ về đầu tư. Ờ nhỉ, bây giờ, làm cái gì cũng thành dự án. Dự án bộn tiền.

Một bận, Hàn đi vùng núi, tìm hiểu dự án "Nước tự chảy", thấy đường ống hợp kim khổng lồ, chạy đến núi yên ngựa thì mất hút. Hỏi bí thư đảng ủy xã, ông ta thật thà khai, từ yên ngựa xuống thung lũng, thì chôn ngầm dưới đất rồi. Tại sao phải làm vậy? Vì là ống nhựa, phải giấu đi, ăn chênh lệch được bốn trăm triệu đồng, ban quản lý dự án chia nhau. Hàn giật mình, nhưng không nỡ đưa lên mặt báo, về cái sự thật thà ấy. Họ là những người thật thà đến độ khôn ngoan. Đúng thế, rất khôn ngoan, nên mới có cái chức ấy, có cái chức ấy mới có khoản tiền ấy, có khoản tiền ấy mới mua được nhà ở thành phố và đầu tư cho con ăn học nên người. Cái này, ngoài tầm kiểm soát của trung ương, mà trung ương có biết cũng phải tỏ ra khôn ngoan mà làm ngơ. Thẳng băng ra là mất hết cán bộ. Người xưa dạy, nước trong quá, không có cá. Xã hội xã hội chủ nghĩa cũng ví như một thùng nước đùng đục, lờ lợ.

Hàn cuốc bộ trở về. Đường phố đã vắng xe cộ. Các cửa hiệu đã đóng cửa. Cả dãy phố im lìm như đoàn tàu khổng lồ nằm nghỉ trong sân ga. Chân mỏi, đầu nhức, Hàn lặng lẽ lên phòng, mở tập bản thảo, định viết thêm mấy ý, lưỡng lự, thôi. Viết cái gì bây giờ, kể chuyện tiêu cực thì tốn hàng chục tập sách, nhưng mà để làm cái gì, chỉ tổ làm mệt đầu óc độc giả, mà có khi, họ còn biết nhiều chuyện tày trời nữa là đằng khác. Nhà văn phải phân tích bản chất xã hội, như bác sỹ giải phẫu cơ thể vậy, để chỉ ra cái người khác không thấy, hoặc có thấy nhưng không dám nói ra, thì người đọc mới cần. Nhưng phải viết làm sao, để vừa có tác phẩm lớn, lại vừa đảm bảo an toàn cho bản thân và gia đình là một kỳ tích. Người chiến sỹ ôm bộc phá mở tung cửa mở, nếu không hy sinh, lại tiếp tục xốc súng xông lên lập chiến công. Nhưng dù có hy sinh cũng là vẻ vang, đền nợ nước rồi. Làm cái anh viết văn cũng vậy, xuất bản được cuốn sách có vấn đề đột phá là sẽ bị bắn lén bằng viên đạn vô hình, không tử vong cũng trọng thương, nhưng cây bút được khẳng định, thế là mãn nguyện.

Trong xã hội không có tự do, nhà văn vừa phải lo

sáng tạo tác phẩm hay, lại vừa phải nghĩ cách đối phó, gian khổ gấp đôi, so với nhà văn ở thế giới tự do. Đau đớn hơn, khi tác phẩm bị thu hồi, bị nghiền nát, khác nào cái thai mang nặng đẻ đau lại bị đem nấu cho chó ăn.

Đọc tác phẩm tâm huyết và nghiên cứu lý lịch tác giả, độc giả tinh ý sẽ nhận thấy bóng dáng tác giả thấp thoáng trong tác phẩm và quê hương, tuổi ấu thơ thường được mô tả đậm nét. Nhà văn sáng tác như con tằm nhả tơ, Hàn viết như tự ăn thịt mình. Nhà văn dám tự ăn thịt mình, mới có tác phẩm hay. Khi cầm bút, nhà văn dám soi chiếu vào mọi ngóc ngách tâm hồn mình, dám nói cả cái hèn kém của mình và phơi bày những ý nghĩ dấu kín về xã hội, mới có tác phẩm hay.

Cái điều trăn trở nhất là có dám viết hay không. Dám viết là đánh đổi cả cuộc đời mình và hệ lụy đến người thân. Không có điều luật nào tử hình các nhà văn phản ánh thực trạng xã hội, nhưng lại có những bản án tử hình không pháp trường: một vụ tai nạn giao thông, một vụ ngộ độc thức ăn, một vụ tai biến mạch máu não, một vụ nhồi máu cơ tim… Ngoài ra, còn có thể bị đặt bẫy, dựng chuyện để bôi bẩn về chuyện trai gái, rượu chè. Chuyện này, các thế lực cai trị có thừa mưu mẹo, thủ đoạn. Nhà văn lại thường cả tin và mất cảnh giác.

14.

Rau muống thái nhỏ, phơi khô, độn cơm trong ngày giáp hạt. Hàn nhai uể oải như bò nhai rơm. Đôi đũa tre đã mòn cả đầu, hờ hững gắp mấy cái rau cải nấu muối. Hàn tưởng như tắc cổ, vội chan thêm muôi nước canh và xì xoạt húp.

Lần đầu tiên, cả làng được mua phân phối loại muối hạt, to như hạt ngô, không mặn lắm, nhưng lại có vị chát. Nghe ban quản trị hợp tác xã phổ biến là muối mỏ, do Trung Quốc viện trợ; vì các cánh đồng muối miền Bắc, đã bị máy bay Mỹ oanh tạc và tàu chiến Hạm đội 7 câu pháo vào, không sản xuất được nữa.

"Cơm độn, phân không thối". Hàn dè dặt nêu ý kiến tổng kết kinh nghiệm.

Bố cười, hồi xưa đi ở, trông con nhà người, nó ỉa, mình phải bế, nhăn mũi quay mặt đi, kêu thối. Bà chủ mắng té tát: "Mày quở con bà à? Nó ăn sung mặc sướng thì cứt mới thối chứ. Rã họng như dân nhà quê chúng mày, cứt không thối".

Nói nôm na, trong xã hội có hai loại người, vừa cách biệt lại vừa hòa nhập, đó là loại cứt thối và loại cứt không thối. Nói ra thì bảo thô tục, mất vệ sinh, nhưng đó là cách phân biệt dân dã nhất, chính xác nhất về đẳng cấp, tiềm lực kinh tế.

Hình như, loài người thường lặp lại dấu vết lớp người đi trước, nhưng nhích lên chút ít, gọi là sự tiệm tiến của xã hội. Nếu muốn nhảy vọt, phải có cuộc cách mạng xã hội. Những cuộc cách mạng thô thiển, tiến hành theo kiểu AQ: "Cách mẹ cái mạng nó đi". Cách mạng xã hội chủ nghĩa nóng vội, thô thiển cũng muốn "cách cái mạng" lớp người chế độ cũ, để xây dựng "con người mới xã hội chủ nghĩa". Những vị lãnh tụ cộng sản, như: Xta-lin (Stalin) từng "cách cái mạng" bốn mươi triệu dân Liên Xô, Mao Trạch Đông đã "cách cái mạng" năm mươi triệu dân Trung Quốc, Hồ Chí Minh cũng "cách cái mạng" ba vạn dân Bắc Việt Nam và Pôn-pốt "cách cái mạng" triệu rưỡi người Căm-pu-chia… Cộng sản tiêu diệt giới trí thức, tư sản và tiểu tư sản, nhằm mục đích xây dựng con người mới của xã hội cộng sản.

Bọn họ, phần lớn thuộc loại cứt thối, khó cải tạo, nên "cách mẹ cái mạng nó đi". Một nguyên lý đơn giản của nền chuyên chính vô sản là: "Muốn xây dựng xã hội chủ nghĩa thì phải có con người xã hội chủ nghĩa". Chuyên chính vô sản là chuyên chính với kẻ thù. Chuyên chính nghĩa là trấn áp. Nhưng vấn đề cốt lõi, thế nào là kẻ thù? Điều nguy hại, kẻ thù lại nằm trong quy định của các chỉ thị, nghị quyết của đảng. Cái chỉ thị bằng văn bản, không khốc hại bằng cái chỉ thị miệng. Lời nói gió bay. Có mồm thì nắp, có cắp thì đậy. Bản án tử hình không cần pháp trường là cách hành xử của "hội kín".

Sau ngày giải phóng miền Nam, Hàn đi thực tế vùng chiến khu D. Trong cơ quan, có một ông trung niên, lầm

lầm lì lì, không phải làm gì, nhưng ai cũng nể sợ. Dò hỏi qua mấy cuộc nhậu, Hàn mới biết: "Ông được trên tin cậy, giao cho khử ác ôn". Hàn thực thà: "Tưởng đưa đi cải tạo ngoài Bắc". "Số này khó cải tạo, đuổi cho chạy qua đìa, rồi xả súng". Lúc đó, Hàn phục, cho là sự sáng tạo cách mạng, ác ôn có nợ máu, cải tạo làm sao thành con người mới xã hội chủ nghĩa được? Bây giờ, nghĩ lại, tự dưng Hàn thấy sợ, chỉ thị miệng không để lại dấu vết, chứng cứ. Những câu rỉ tai, những cái đánh mắt, những cái hất hàm ra hiệu, đều có thể liên quan đến tính mạng, sinh mạng chính trị của một con người, hoặc một nhóm con người.

15.

Bất giác, nhìn thấy da mu bàn tay của mình sần sùi như da rắn, Hàn hoảng sợ, ngẩng phắt lên, cái kính đột ngột sa xuống mũi. Hàn cười khùng khục một mình, thì ra, do cái kính đã phóng đại lên thôi. Nhưng trước gương, Hàn nhìn thấy mái tóc của mình đã bạc trắng hoa lau, tuổi già đã xâm chiếm toàn bộ cơ thể rồi. Ra đường, trẻ con đã gọi là ông, thanh niên đã gọi là bác, ban đầu, Hàn cảm thấy ngường ngượng, thậm chí, còn chột dạ nữa. Tuổi thanh niên, cố nuôi râu cho có vẻ già dặn, từng trải. Lúc về già, lại ra sức cạo nhẵn nhụi, nom cho có vẻ trẻ ra. Đâu phải chỉ có con gái là luôn thích tuổi trẻ và sợ cái sự già?

Hàn không nuối tiếc thời trai trẻ, nhưng cũng không sợ tuổi già. Nhiều văn nghệ sỹ về già, vẫn thích được gọi là anh, dù đã bảy, tám mươi. Hàn thì khác, sòng phẳng, cái tuổi không làm nên con người và sự nghiệp, không kéo lùi thời gian lại làm gì, nhưng người ta, cần phải tranh cướp thời gian mà sáng tạo.

Cũng có lúc, Hàn đã nghĩ đến sự chết, phác họa nấm mồ của mình, chôn cất một lần, không cải cát. Mộ ốp đá đen. Trên bia mộ khắc vắn tắt dòng chữ chìm, với dòng trên: Nhà văn Hàn và dòng dưới ghi năm sinh-năm mất, đặt trong ngoặc đơn.

Nhưng cái sự đau đáu của Hàn là văn chương, làm sao kịp để lại tác phẩm tâm đắc nhất của cuộc đời. Dẫu đã có hàng chục đầu sách, Nhưng Hàn vẫn cảm thấy chưa yên lòng, còn thiêu thiếu một cái gì đó, tác phẩm mong chờ ấy vẫn còn le lói phía trước. Cuộc chạy đua thời gian, giành thắng lợi, không phải lực viết dồi dào, mà là tư duy viết thay đổi. Muốn chuyển biến tư duy viết, phải nghiên cứu vấn đề xã hội, phải tiếp cận kiểu sáng tác văn chương thế giới. Có lúc, Hàn cảm thấy bất lực trước trái núi văn chương sừng sững, mà chưa tìm được lối lên. Sực nhớ chuyến chinh phục đỉnh cao Tam Đảo và chiếm lĩnh mục tiêu Mã Pì Lèng, Hàn cảm thấy sượng sùng. Lối mòn lên núi là bước theo chân người. Lối văn chương là bước theo trời. Làm sao đây, văn chương ấy ở ngay trong cuộc đời này, xã hội này, đất nước này, nhưng viết thế nào, dám viết không?

Vào vùng người Tày, thấy cụ già bảy mươi tự cuốc đất động thổ cho con cháu làm nền nhà, tự cầm rìu phạt mộc cho con cháu dựng nhà. Tuổi bảy mươi là tuổi trời rồi, ma quỷ phải kiêng dè, thần thánh phải nể phục. Hay là, mình cứ chờ đến tuổi bảy mươi mới công bố tác phẩm? Dồn tâm huyết cả chục năm, chả nhẽ, không nên tấm nên miếng sao? Nhưng đến lúc đó, có lẽ, xã hội đã đổi khác rồi. Đáng lẽ, chớp thời cơ là một người tiên phong, chần chừ thành kẻ vuốt đuôi, nhạt trò.

Được sống trong xã hội có đầy biến động, đó là ước mơ của người cầm bút, thế mà nhụt trí thì phí hoài. Lịch sử không lặp lại, chỉ có điều dám sống và dám viết hay không mà thôi. Một chữ DÁM VIẾT thôi, nhưng sao mà nặng nề, đau đớn, khổ ải làm vậy. Bởi, điều đó khẳng định bản lĩnh của người cầm bút. Sáng tác suốt đời, chỉ cần một cuốn thôi, một cuốn chỉ cần một chương, một chương chỉ cần một mục, một mục chỉ cần một trang, một trang chỉ cần một câu. Câu đó, có thể đóng đinh vào trái núi văn chương nhân loại, đốt lên một nỗi đam mê cho độc giả, và coi đó là một trong những đốm lửa của thế gian này.

16.

Đội công tác của Hàn tụt dốc Mã Pì Lèng, rồi vượt cầu Tràng Hương, qua sông Nho Quế, sang khu vực giáp biên, đón dân di cư trở về. Tuyến đường mòn ra biên giới đã được bộ đội biên phòng gỡ mìn. Nhưng bước chân vẫn chờn chợn, tránh những hòn đá không dính bụi nằm trên lối đi, có thể bị gài mìn đè nổ; những sợi dây, cuống cỏ vắt ngang đường, có thể là dây mìn vướng nổ… Theo quy ước, bọn Hàn phải đốt lửa làm hiệu, rồi chạy vào nấp sau những phiến đá, to như con voi, đề phòng bên kia đánh lừa và dập pháo. Một lúc, thấy trên đỉnh núi cũng có khói bốc lên. Đúng ám hiệu, bọn Hàn chạy ra huơ chân múa tay, lập tức, đám người Mông trên núi lốc nhốc chạy xuống. Hàn lao lên, cõng đứa bé đang bị kéo lê xuống dốc. Cả đoàn bồng bế nhau, chạy như chó đuổi, rút thật nhanh vào khu vực an toàn trong nội địa, đề phòng bị đánh tập hậu.

Bây giờ, đường qua Mã Pì Lèng đã là một tuyến du lịch hấp dẫn. Đứng trong phương đình trên đỉnh đèo, nhìn hút qua sông, qua núi, nhớ lại chuyến đón dân Mông, trốn khỏi toán phỉ Mỏ Pàng, Hàn còn cảm giác bồi hồi, xen lẫn tự hào. Tuyến đường này, mấy lần xe ca chở khách bị đánh mìn. Những quả mìn bọn phỉ gài phía bên vực, nên xe bị bật vào sườn núi, hạn chế thương vong. Nếu chúng gài phía sườn núi, thì khối xe đã bị lăn xuống vực sâu, tan xác pháo. Chỗ kia, nơi chiếc xe Gát 66, chở đoàn cán bộ chỉ huy Trung đoàn bộ binh 877, bị trúng mìn "xóa sổ". Bên kia núi Há Mồm là hầm bộc phá bỗng dưng chập điện, cả đơn vị bộ đội trên chốt bị nổ tung lên trời. Hầu như hôm nào cũng có người dân lén lút vượt biên, sang Trung Quốc mua hàng, bị vướng mìn. Họ không dám ra bệnh viện huyện cứu chữa, mà lấy phân bò tươi, còn bốc khói, đắp vào vết thương cho cầm máu, rồi cõng nhau về, hái lá thuốc chạy chữa cho nhau.

Cuộc chiến tranh đã lùi xa ba mươi năm, nhưng chính phủ không dám nói đến, sợ ảnh hưởng đến "tình hữu nghị" giữa hai đảng cộng sản, hai nhà nước xã hội chủ nghĩa và đương nhiên, những người tham gia cuộc chiến bị thiệt thòi. Cuộc chiến này cũng khốc liệt, nhưng bị ém nhẹm, mình chính nghĩa đàng hoàng, mà cứ như kẻ trộm chiêng, lầm lũi mà đi, không dám gõ một vài tiếng gọi là. Chả bù cho bên Trung Quốc, khua chiêng, gióng trống ầm ĩ, tán phát truyền đơn, băng đĩa, tuyên truyền Việt Nam tiểu bá, cả gan gây chiến tranh xâm lược, nên phải dạy cho một bài học!

Sau chiến tranh thế giới thứ hai, hệ thống phe xã hội chủ nghĩa hình thành và đánh lẫn nhau liên miên. Trớ trêu là cùng do đảng cộng sản lãnh đạo toàn diện, tuyệt đối, trên tinh thần quốc tế vô sản. Đấy là cuộc chiến tranh giữa Liên xô và Trung Quốc, giữa Trung Quốc với Việt Nam, giữa Việt Nam với Căm-pu-chia… "Vô sản toàn thế giới liên hiệp lại" để đánh nhau chí mạng, tổn thất biết bao nhiêu xương máu, của cải và tình cảm. Những khẩu hiệu "Chủ nghĩa Mác - Lê-nin vô địch", "Chủ nghĩa Mác - Lê-nin bách chiến bách thắng" đã lặng lẽ tháo gỡ, khi Liên Xô và Đông Âu sụp đổ. Bài hát ca ngợi tình hữu nghị "Việt Nam - Trung Hoa, núi liền núi, sông liền sông, chung một biển Đông mối tình hữu nghị sáng như rạng đông"[5], đã im bặt, ấy là khi "Tiếng súng reo vang trên bầu trời biên giới, toàn dân ta vào cuộc chiến đấu mới"[6].

Công bằng mà nói, nếu như lý luận chủ nghĩa Mác - Lê-nin, lý tưởng cộng sản đừng có áp dụng trong thực tiễn, mà trở thành một thứ tôn giáo, cho nhân loại ngưỡng vọng, thì đẹp biết bao nhiêu, vì người đời cứ tưởng nó tốt đẹp. Cái sự không tưởng hão huyền của Các Mác, lại được Lê-nin, Mao Trạch Đông, Hồ Chí Minh, Kim Nhật Thành, Eng-ve Hốt-gia, Xê-au-xê-cu, Phi-đen Cát-xtơ-rô, Pôn-pốt… đem ra thí nghiệm trên dân tộc mình và nhân rộng ra thế giới thứ ba, làm chết người, cháy nhà vô kỳ kể. Nhưng, oái oăm thay, lãnh tụ lại được tôn vinh, ướp xác, xây lăng, đúc tượng thờ. Bây giờ, tay trắng lại hoàn tay trắng, trở lại điểm xuất phát ban đầu, từ "cái máng lợn vỡ".

Hàn cảm thấy lo lắng, nhiều vấn đề không thể lý giải nổi, tại sao nhân dân các dân tộc lại tin tưởng và hy sinh vô bờ bến cho lý tưởng cộng sản? Bây giờ, sụp đổ cả rồi, thế mà người ta vẫn cố cho rằng, sự thất bại đó không phải từ chủ thuyết, mà do chưa xây dựng được mô hình xã hội chủ nghĩa phù hợp, hoặc đổ lỗi cho sự phản bội của Goóc-ba-chốp. Thậm chí, mới đây, các đảng cộng sản còn nhóm họp ở Ấn Độ và đưa ra kết luận: “Chủ nghĩa tư bản không tự sụp đổ, mà phải bị vô sản đánh đổ”.

Hình con ngựa trắng phi nước kiệu vẫn chình ình trên vỏ bao thuốc lá, cái thân của nó nom như con sâu, cắm mấy cái que gãy khúc làm chân và đuôi. Rút một điếu định hút, chợt nhìn thấy dòng chữ “Hút thuốc lá có thể gây ung thư phổi”, Hàn ngán ngẩm, lại khẩu hiệu. Khẩu hiệu là đồng đảng của sự lừa dối. Vì khẩu hiệu mà bao nhiêu người đã gục ngã một cách phi lý, nhưng lại hân hoan đón nhận huân chương vô nghĩa. Những giá trị ảo vẫn được tôn thờ, đầy vẻ tâm linh. Hiển nhiên, sự hy sinh vô tư đó là cao cả và đáng tôn thờ, chỉ vì họ lầm lẫn chủ thuyết với lý tưởng mà thôi.

17.

Trí thức như kiểu Hàn cũng vô tích sự, học hành, bằng cấp cũng chỉ để kiếm miếng cơm, manh áo và cho nhàn tấm thân mà thôi. Trí thức phục vụ nhân dân, đất nước, cũng chỉ là khẩu hiệu, thực chất là công cụ của đảng, phải làm theo sự chỉ đạo của đảng, nói về mặt bằng trình độ so với thế giới thì non, nói về tâm thì ngọ ngắn. Có trí thức nào dám phản biện xã hội không? Có thể, họ biết những điều bất cập, cần sửa đổi của xã hội, nhưng không đủ tầm phản biện, hoặc không có cái tâm, sợ hệ lụy, mũ ni che tai. Số trí thức vừa có tâm, lại vừa có tài, cũng chỉ đếm trên đầu ngón tay. Mà rồi, có đóng góp ý kiến cũng chẳng để làm gì, mọi việc phải tuân theo chỉ thị, nghị quyết của đảng. Thoát ly sự lãnh đạo của đảng là lập dị, thậm chí, bị quy kết chống đối, phản động!

Hàn cay đắng và sợ hãi, khi ý nghĩ bật trong đầu, xã hội chủ nghĩa không phải là mảnh đất tồn tại, phát triển của những người trí thức chân chính, cấp tiến. Xã hội ấy, tạo ra những kẻ cơ hội, đầy mưu mô thủ đoạn triệt hạ lẫn nhau, không phải để cống hiến, mà là để thăng quan tiến chức, hoặc tham gia dự án hưởng lợi.

Trước khi nghiệm thu đề tài nghiên cứu khoa học về "Vấn đề người Mông theo đạo Tin Lành", Hàn đã thận trọng nhờ đội ngũ phản biện là các giáo sư, tiến sỹ ở Học viện chính trị quốc gia Hồ Chí Minh và bộ công an. Nhưng niềm hân hoan chưa kịp lan tỏa, thì đã bị giội gáo nước lạnh. Tỉnh ủy yêu cầu nghiệm thu lại, Hàn và mấy ông trong hội đồng nghiệm thu bị quy kết là lập trường, tư tưởng không vững vàng. Ai cho phép chấp nhận Tin Lành là một loại tôn giáo lớn, ý thức hệ đối lập, lại được hoạt động trong lòng chủ nghĩa xã hội? Hàn nghĩ mà thương cho mấy ông tham gia hội đồng nghiệm thu, kiểu "cháo chấm cơm", mà nay "cháy thành vạ lây". Ban bệ lập ra cho đủ mâm bát thôi, chứ mấy ông được nhặt từ các ban, ngành về, có biết gì chuyên môn khoa học đâu, nên ghi phiếu "đạt yêu cầu" cho an toàn. Mấy ông phản biện thì lại không được bỏ phiếu. Tưởng như chuyện đùa, nhưng lại mang hệ lụy về sau, tỉnh chỉ xét giải thưởng khoa học cho các đề tài đạt loại xuất sắc thôi. Phải chăng, đây cũng là một câu chuyện trớ trêu về xã hội chủ nghĩa?

Bẵng đi mười năm sau, thủ tướng chính phủ có chỉ thị số một, về vấn đề đạo Tin Lành trong đồng bào dân tộc vùng núi phía Bắc. Hàn đọc, thấy có nhiều điểm tương đồng với đề tài khoa học của mình, mừng rơn, tuy không dám nói là khi xây dựng chỉ thị, các chuyên viên có thể tham khảo đề tài năm xưa, nhưng rõ ràng có sự trùng hợp. Chân lý đã được khẳng định, nhưng không chỉ khẳng định trong các cuộc họp ở trung ương thôi đâu, mà thực tế, đạo Tin Lành đã tràn ngập quá nửa dân số dân tộc Mông và đang lan sang dân tộc Dao Pà Thẻn rồi. Nhưng có điều lạ, không ai nhắc đến đề tài của Hàn, vẫn bị coi như đang đắp chiếu!

Hàn buồn bã nhận ra rằng, nghiên cứu khoa học không phải để tuân thủ quy luật khách quan, tìm ra chân lý, mà phải theo định hướng của đảng. Cái sự định hướng ấy, trải qua năm tháng, dù không thể cưỡng lại sự phát triển của tự nhiên và xã hội, nhưng nó đầy vẻ tự hào là đã ngăn chặn được sự phát triển của những tư tưởng tự do, dân chủ, chống lại âm mưu "diễn biến hòa bình" của Mỹ và các thế lực thù địch.

Bọn Hàn leo trèo lên tận các thôn bản người Mông ở rừng sâu, núi cao. Những ngôi nhà tạm bợ, lúc nào cũng tấp tểnh di cư, đi từ tỉnh này qua tỉnh khác, thậm chí, vào tận Tây Nguyên. Họ bảo, vào trong ấy được tự do theo Tin Lành, không bị ngăn cấm như ở miền Bắc. Đó cũng chỉ là một lý do ngụy tạo, thực chất là thiếu đói. Đói, đầu gối phải bò. Những bữa cơm ngày thường là mèn mén, chan với canh rau và hầu như lúc nào cũng ám ảnh cái đói giáp hạt.

"- Bà con theo Tin Lành là trái phép, trái quy định chính phủ đấy".

"- Muốn theo đúng luật thì phải làm thế nào, cán bộ phổ biến cho dân biết, để làm cho đúng?".

Câu hỏi bột phát, khiến bọn Hàn tắc tị, không dám vạch đường cho hươu chạy, mục đích đi vận động chỉ là ngăn cản mà thôi. Ai cũng thấy sự phi lý, nhưng cũng phải làm, vì được hưởng lương mà.

Bây giờ, các hội nhóm Tin Lành trong người Mông đã được công nhận, cho phép hoạt động trong khuôn khổ pháp luật, nhưng chỉ có phái Tin Lành miền Bắc thôi, còn phái Phúc âm toàn vẹn và phái Liên hữu Cơ Đốc thì chưa. Bọn Hàn ngạc nhiên, không biết người ta đã tầm sư học đạo ở Ngõ Trạm (Hà Nội) và Hóc Môn (Sài Gòn), từ khi nào, mà đã được tấn phong hàng chục mục sư. Mỗi nhóm có tổ chức chặt chẽ, gồm đủ cả trưởng nhóm, phó nhóm, các ủy viên phụ trách thiếu nhi, thanh niên, phụ nữ. Các nhóm mua sắm cả đàn oóc-gan, hát thánh ca, hành lễ Nô-en (Noel), phục sinh, đủ cả. Một tôn giáo đích thực đã du nhập vào đồng bào dân tộc thiểu số trong hang cũng ngõ hẻm, nơi bị coi là nghèo nàn, lạc hậu nhất. Không gì cưỡng nổi đức tin và đương nhiên, về tâm linh, người Mông đã hội nhập thế giới.

Lại một sự đảo lộn nhận thức và thách thức ý chí. Sự nhận thức không tới tầm đã khiến cho hành động duy ý chí, tự làm khó, làm khổ cho dân, thế mà vẫn tự huyễn hoặc là cán bộ đi giác ngộ cho đồng bào.

Khi đã lên lão rồi, chiêm nghiệm, tự dưng nhớ lại thấy bao điều sai lầm, tốn kém công sức, tiền bạc và xúc phạm đến tâm tư tình cảm của dân. Hiến pháp, pháp luật quy định rõ ràng là dân được hưởng quyền lợi về tự do tôn giáo, tín ngưỡng, nhưng chỉ thị, nghị quyết lại ngăn cản. Quả là một sự làm xiếc hề, mà bọn Hàn là công cụ, vô tình trở thành những anh hề trên sân khấu chính trị. Thế mà, hàng năm vẫn bình bầu thi đua, khen thưởng. Bằng khen xếp cả đống trên nóc tủ cơ quan, ai cũng chỉ cần tiền thưởng kèm theo mà thôi. Bây giờ, đã qua cái thời treo giấy khen kín vách nhà để khoe mẽ rồi.

Cuộc sống thực dụng đã thành trào lưu.

18.

"- Quả su su, tiếng Mông gọi là gì?

- Tâu pò nỉa.

- Dịch ra tiếng Kinh, nghĩa là gì?

- Như cái ấy của vợ…"

Hàn lật quả su su lên, mủm mỉm cười. Tại sao đồng bào lại dùng cái vật thiêng ấy để chỉ loại quả vừa đặc sản, vừa dân dã của cao nguyên. Ngọn su su nấu canh, luộc, xào ăn không chán. Quả su su thái ra, chấm muối lạc, hoặc nạo như sợi bún, xào thịt bò, hoặc bổ ra hầm xương lợn, đều ngon tuyệt. Su su được coi là loại rau sạch.

Có lẽ, đàn bà Mông là những người giữ gìn bản sắc dân tộc bền vững nhất. Váy, áo từ ngàn xưa không đổi, thậm chí, người ta còn lấy đặc trưng từng loại váy để chỉ ngành Mông: Mông Trắng thì váy lanh trắng, rồi thì Mông Hoa, Mông Đỏ, Mông Đen… Người đàn bà Mông còn có lòng tự trọng cao đến mức nghiệt ngã, nếu bị xúc phạm là ăn lá ngón tự tử. Coi trọng gia đình, sinh con đẻ cái, người phụ nữ Mông thờ thần giường. Trong nhà, chỉ một cái giường nhỏ, cả gia đình quây quần ngủ. Bàn thờ đơn sơ, chỉ là tờ giấy bản, thấm tiết gà và dán mấy cái lông gà, rồi gắn lên vách, nom như một tác phẩm hội họa của trường phái hậu hiện đại.

Ôi, thế mà bây giờ, nhưng Mông nhất loạt theo Tin Lành, đồng nhất chúa Giê-su với vua Vàng Chứ của dân tộc mình. Bỏ bàn thờ đơn sơ mà thiêng liêng, treo tranh tượng Chúa và tụng kinh cầu nguyện. Một sự đảo lộn ghê gớm, từ tín ngưỡng thờ tổ tiên, sang tôn giáo Tin Lành. Ngày xưa, các nhà truyền giáo phương Tây, với phương pháp cổ điển đi thuyền, truyền đạo dọc hai bên bờ sông, hữu ngạn là dòng Thừa sai Paris (Pháp), tả ngạn là dòng Đa Minh (Bồ Đào Nha). Bây giờ, đài phát thanh Viễn Đông (FEBC)[(7)], từ Phi-líp-pin đã dùng tiếng Mông để truyền đạo vào người Mông theo vùng lãnh thổ quốc gia và tộc người. Một sự đảo lộn về phương pháp, mang lại hiệu quả lớn lao.

Hàn nghĩ, sau các loại công nghệ phát thanh, truyền hình và in-tơ-nét, thì không biết con người còn phát minh ra thứ gì nữa, mang tính hữu hiệu và toàn cầu như thế. Thời kháng chiến, nhà nào có cái đài ra-đi-ô (radio) là phải đăng ký, cam kết cấm nghe đài địch, được mua pin phân phối, loại Con thỏ của Việt Nam, hoặc ba số chín (999) của Trung Quốc. Các linh kiện bán dẫn được quản lý chặt chẽ, đề phòng gián điệp mua về lắp máy thu phát vô tuyến điện. Thời in-tơ-nét, yêu cầu người lập oép-xai phải đăng ký, vì nó chẳng khác gì tờ báo, mà báo chí do nhà nước độc quyền. Nhà nước còn lập "bức tường lửa" để ngăn chặn các luồng thông tin chống đảng, từ mạng nước ngoài tải vào. Chính Hàn cũng mầy mò lướt oép (web), loạng quạng thế nào mà cũng vượt qua được "bức tường lửa", thu nhặt được bao nhiêu thông tin, mà bấy lâu bị bưng bít, rồi sàng lọc, nhặt sạn, đãi gạo để lấy tư liệu.

Những thông tin trái chiều đang lan tràn trong xã hội, như một luồng gió mới. Hàn còn nhớ câu thơ Pu-skin, đọc đã lâu, có lẽ, cách đây đến mấy chục năm: "Khi mối nghi ngờ phá vỡ lòng tin". Bây giờ, có quá nhiều điều nghi ngờ và lòng tin xói mòn là đương nhiên. Người ta vẫn ngoan ngoãn tham gia cuộc vận động học tập và làm theo tấm gương đạo đức Hồ Chí Minh, nhưng lại ngấm ngầm và quyết liệt lao vào cuộc chiến "tích lũy tư bản". Đánh mõ thì cùng nhau niệm Phật, chả ai dại gì chiềng cái mặt phản kháng ra, trừ mấy anh lưu vong, bắn đại bác không tới.

Tại sao phải bưng bít dư luận và thông tin? Thời chiến thì phải phục tùng rồi, nay là thời hội nhập thế giới, vẫn cứ dập khuôn kiểu cũ, khác gì lấy thúng úp voi. Rõ thật là "tâu pò nỉa". Hàn cũng biết rằng, phải tích lũy tư bản, nhưng không thể làm gì ngoài văn chương. Số Hàn đã định trong một quẻ bói: "Cầu tài vô ích chớ ham".

19.

Phòng văn hóa- thể thao được lệnh tiếp quản nhà thờ.

Giê-su ma, lậy Chúa tôi!

Bọn Hàn cũng được huy động, dưới danh nghĩa lao động đoàn thanh niên cộng sản, tất cả thanh niên và đoàn viên các chi đoàn khối cơ quan đều phải tham gia. Lê-nin cũng còn tham gia lao động "Ngày thứ bảy cộng sản", nữa là… Nếu ai vắng mặt sẽ bị kiểm điểm, về ý thức tổ chức, kỷ luật.

Tượng và tranh thánh chuyển vào kho. Bàn ghế cầu nguyện chuyển vào sát tường. Nền nhà thờ được kẻ vạch sơn, làm sân cầu lông, để luyện tập và thi đấu trong nhà. Các cổ động viên sẵn có ghế ngồi xung quanh, nhất cử lưỡng tiện. Ngoài sân, che mái, đóng sàn gỗ làm sàn nhảy. Thế là chỉ trong một ngày chủ nhật, nhà thờ đã biến thành khu văn hóa, thể thao của thanh niên thị xã. A-men!

Linh mục phải trở về giáo phận. Đám con chiên không người chăn dắt, nên ai cũng ủ ê, lầm lũi như bầy nô lệ. Tháp chuông nhà thờ cũng bị cải tạo lại thành quầy căng-tin. Trước đây, hằng ngày chuông đổ, không mấy ai để ý, nhưng từ khi thị xã vắng tiếng chuông, tự nhiên lại cảm thấy hẫng hụt, như làng xóm vắng tiếng gà gáy vậy.

Được cấp ủy quan tâm chỉ đạo, khu văn hóa, thể thao hoạt động rất náo nhiệt. Sau nửa năm, đội tuyển cầu lông đã tham gia thi đấu giao hữu với tỉnh bạn. Hàn vừa là vận động viên dự bị, lại vừa biết viết lách, nên tham gia hai mang: sẵn sàng điền vào chỗ trống trong đội tuyển và viết tin, bài tường thuật gửi cho báo, đài tỉnh nhà.

Chuyến sang tỉnh bạn, bọn Hàn được đưa đi tham quan khu đền thờ Phật, tuy đang xây dựng, nhưng đã thấy quy mô hoành tráng, chỉ tội thấy giông giống Tàu. Một quần thể toàn tượng đá, có dễ đến mấy trăm pho, mỗi pho một kiểu, cũng từa tựa Tàu. Bọn Hàn, mỗi người ôm một pho, chụp ảnh, trong phút chốc, vườn tượng ngỡ nhân đôi, nom như lạc vào một thế giới những Tàu là Tàu. Ngoài vườn cây lưu niệm, có treo mỗi cây một tấm biển, tên quan chức trung ương đảng và chính phủ.

Tuy là thi đấu giao hữu, nhưng mang màu cờ sắc áo hàng tỉnh, nên thành tích thi đấu là món quà báo công, đáp lại sự quan tâm của thị ủy đã tạo điều kiện cho hoạt động văn hóa, thể thao. Nhưng không hiểu sao, thi đấu toàn thua. Có lẽ, trời phật phù hộ cho đội chủ nhà. Trần gian cũng như âm phủ, hay thiên đình, đều nhiễm thói đời, ăn cây nào rào cây ấy.

Cả đoàn buồn bã phi nước mã hồi. Bỗng nhiên, có con chó trắng cứ chạy quẳng lên ở đầu xe ô-tô. Mỗi khi xe bám sát, nó lại lao vút lên, rồi vẫy đuôi rối tít, như mời gọi, như trêu ngươi. Thế là xe lại tăng ga. Cứ thế, xe và chó chơi trò rượt đuổi đầy hào hứng. Cả bọn trên xe cũng nhao nhao cổ động, lái xe cũng như mê đi. Đột nhiên, con chó lao tọt vào rặng cây ven đường. Cái xe cũng lao theo quán tính, như thể bị nam châm hút. Nghe đánh "rầm" một cái và cơn mưa trắng xóa đổ xuống trước mắt mọi người. Tất cả lặng đi, tưởng như trong phút chốc đã sang thế giới bên kia. Hồi lâu, sực tỉnh, kêu la, rên rỉ. Chao ôi, cái két nước đã ôm chặt thân cây xà cừ, nom như cái ngàm. Kính vỡ vụn như ngô nếp, đó cũng chính là ảo ảnh những hạt nước mưa nhân tạo. Ai nấy đều bị sây sát nhẹ.

Tất cả đổ xô đi tìm con chó trắng. Nhưng có lẽ, nó đã độn thổ, hoặc thăng thiên mất rồi. Hình như, Hàn đã gặp con chó này ở đâu đó, trong khi đầu óc mụ mị, không thể nhớ ra.

Chuyến đi thất bại, không làm Hàn phiền lòng, điều quan tâm là thái độ lạnh nhạt của Thiên Đàng. Từ khi bọn Hàn liên quan đến vụ tiếp quản nhà thờ, Thiên Đàng có ý lánh mặt, mỗi khi bất đắc dĩ phải dàn mặt, lại tỏ ra khách sáo, như thể người dưng. Hàn phàn nàn về chuyến đi không được như ý chỉ đạo của cấp ủy và vụ tai nạn kỳ quái, Thiên Đàng cười mũi:

- Chúa phạt thế là còn nhẹ đó, nhắc nhở thôi. Dù sao cũng chỉ là lũ đầu sai.

- Em vẫn còn tin là có thần thánh à?

- Không tin cũng không được. Ông nhà nước còn tin nữa là…

- Nhà nước cộng sản vô thần em ạ.

- Thật thế ư? Cản Thiên Chúa, nhưng lại bao đạo Phật đó thôi.

Nhớ lại cuộc tham quan vườn tượng, Hàn cứng họng. Ừ nhỉ, mình ngoài cuộc, nhiều khi vô tâm. Người dân họ để ý, ngầm so sánh, thấy rõ bên trọng, bên khinh.

Tại sao nhà nước đã công nhận cho hoạt động Thiên Chúa, Phật, Tin Lành... nhưng lại chèn ép Thiên Chúa, chấn hưng đạo Phật một cách lộ liễu đến vậy? Thời nay, Phật, đâu phải là quốc đạo? Tuy rằng, thế giới quan của các tôn giáo đều trái ngược với chủ nghĩa Mác - Lê-nin và tư tưởng Hồ Chí Minh, cần gì phải phân biệt đối xử giữa đạo này với đạo khác, như kiểu con đẻ, con nuôi. Điều đó sẽ dẫn đến sự phá vỡ khối đoàn kết dân tộc. Anh kỳ thị tôi, mà lại vận động tôi đi cùng với anh sao? Thực tế xảy ra như vậy, nhưng bộ máy tuyên truyền vẫn cao rao, nhà nước tôn trọng quyền tự do tín ngưỡng, tôn giáo và các tôn giáo, tín ngưỡng đều bình đẳng, mọi người dân đều có quyền theo, hoặc không theo một tôn giáo nào!

Lý thuyết ngày càng giáo điều cằn cỗi, còn thực tiễn ngày càng phát triển xanh tươi.

20.

Hàn báo cáo chi bộ và đảng ủy, viết đơn xin gặp tổng bí thư, địa điểm tại Hà Nội, thời gian ba mươi phút, phương tiện tự túc, nội dung liên quan công tác bảo vệ đảng.

Và Hàn chờ đợi hồi âm. Nhưng cũng từ khi ấy, xảy ra điều lạ, cứ mỗi khi có nguyên thủ quốc gia lên thăm và làm việc tại địa phương, là y như rằng điện thoại bàn và điện thoại di động của Hàn không thể liên lạc, rất nhiễu, không nghe, không nói được nữa. Chỉ khi nào, đám quan quân trung ương kia rút đi, thì mọi sự mới trở lại bình thường. Thậm chí, Hàn còn phát hiện thấy những "cái đuôi" đeo kính râm, lảng vảng. Từ sự vô tình, đến chột dạ và khó chịu, Hàn tự hỏi, tại sao chúng lại hành động hạ đẳng đến vậy? Mình là đảng viên, chí ít là công dân nước Việt, có trách nhiệm với đảng, với đất nước. Công dân nước ngoài, gặp tổng thống cũng không đến nỗi bị gây khó dễ, thậm chí trẻ con cũng có thể viết thư cho tổng thống, xin kết nghĩa bạn bè. Nước mình mang cái nhãn hiệu "Độc lập - Tự do - Hạnh phúc", nhưng xem chừng, chỉ là bánh vẽ. Giả sử, tổng bí thư chấp nhận gặp gỡ, thì cũng phải có lời mời, Hàn mới gặp chứ, đâu phải chuyện đón đường đưa kiến nghị. Tay bí thư chi bộ khuyên, có thể viết thư báo cáo cũng được, nhưng Hàn thoái thác, vì thừa hiểu, nhưng lá thư sẽ bị bóc trộm, thì còn đâu là bí mật quốc gia nữa. Không ai có thể đoán biết được nội dung, mà Hàn cần báo cáo với tổng bí thư, người đứng đầu ban bí thư, đứng đầu ban chấp hành trung ương đảng và cũng là người đứng đầu đất nước này. Hàn không cầu cạnh, không gây ảnh hưởng để tiến thân như bọn quan chức sở tại, mỗi khi có nguyên thủ đến địa phương là xúm xít xung quanh chụp ảnh, rồi phóng to ra, treo giữa nhà, coi như một bằng chứng thể hiện tầm quan trọng bản thân. Bọn phóng viên cũng biết thóp, ra sức dàn dựng, chụp chung tập thể, chụp riêng từng người với yếu nhân, phóng to, in nhiều để thu tiền của bọn háo danh.

Thời sinh viên, Hàn được học chính trị, trong lý luận không có khái niệm về "tội phạm", "tham nhũng", "bất công"… Giảng viên lý giải, xã hội ta tươi đẹp, không còn cơ sở nảy sinh tội phạm. Bọn hiện hành, chẳng qua là do xã hội cũ còn rơi rớt lại, khi chúng chết là hết. Trường luật và bộ tư pháp cũng không tồn tại trong xã hội chủ nghĩa. Xã hội trong sạch, không có tội phạm, không có bất công; hơn nữa, đảng lãnh đạo toàn diện tuyệt đối, thì cần gì luật nữa, chỉ cần có chỉ thị, nghị quyết soi đường là đủ. Khi xét xử tội phạm, chỉ cần pháp lệnh, điều gì thiếu thì vận dụng sự tương tự. Tòa án là nơi trình diễn những quyết định của cấp ủy đã chỉ đạo, dưới hình thức thực thi pháp luật. Hàn nhớ, hồi ấy, vụ án Tạ Đình Đề bị đem ra xét xử, tại Hà Nội, dư luận ầm ĩ, công nhân đường sắt đi tàu hỏa, kéo về thủ đô, vây quanh tòa án, ủng hộ Tạ Đình Đề. Bọn Hàn cũng tò mò đi xem.

"- Ông này giỏi lắm, rút súng bắn chơi, làm đứt đôi điếu thuốc lá của đại tướng, đang hút".

"- Hồi kháng chiến, ông ấy làm gián điệp, huấn luyện tận bên Hồng Kông. Khi ém dưới gầm giường, định ám sát bác Hồ. Bác bình tĩnh gọi: "Chú Đề, ra nói chuyện". Thế là ông ta phục, làm cần vụ cho bác Hồ".

"- Ông ấy làm tổng cục đường sắt, đội bóng nổi đình đám, cầu thủ nào sút được một quả, là tặng thưởng ngay năm đồng. Tiền tươi thóc thật. Ai cơ nhỡ, kể cả tù tha cũng được nhận vào, làm lại cuộc đời".

"- Thì thế mới sinh chuyện, trái chỉ đạo của trên. Cứ đà này, không khéo ông ấy quay về chủ nghĩa tư bản, ngay trong lòng xã hội chủ nghĩa, cũng không biết chừng".

Cả biển người vây quanh tòa án, không làm cách nào giải tán được. Công nhân đường sắt còn mang cả hoa đến đón, khi ông ấy ra khỏi tòa.

Hai chục năm sau, Hàn mới biết, vở kịch "Tôi và chúng ta", được viết trên hình mẫu cơ sở sản xuất Tạ Đình Đề, gây chấn động dư luận. Kịch tác gia này vốn là một nhà thơ tài ba, có nhiều bài thơ và vở kịch hay, nhưng Hàn mê nhất là vở kịch Hồn Trương Ba, da hàng thịt. Khi tưởng niệm năm năm ngày mất của tác giả, Hàn mò về Hà Nội, xem diễn vở này ở rạp Tháng Tám. Khán giả đều đi vé đôi, riêng Hàn lẻ bóng. Bọn khán giả ngó Hàn, đầy vẻ ngờ vực. Hàn chửi thầm trong bụng, nói cho mà biết, khi ta là sinh viên ăn đói mặc rách ở cái đất này, thì bọn ngươi mới ẵm ngửa là cùng, làm sao có thể biết nguồn cội của vở diễn, hình bóng nhân vật, thân phận tác giả... Mà thôi, mở màn rồi kìa. Trước khi diễn, cánh diễn viên thắp hương tưởng niệm, Hàn cảm thấy thật thiêng liêng.

Những văn nghệ sỹ có tấm lòng với nhân dân, thì sống trong lòng nhân dân. Thời loạn, văn nghệ sỹ chân chính, nói thay tiếng nói phản kháng của nhân dân. Bản thân họ thường gặp hoạn nạn, do bọn cường quyền bạo ngược, ném đá giấu tay.

*

Như một cuốn phim quay chậm, chiếu đi chiếu lại:

Đường số 5. Cầu Phú Lương. Hai cô gái đội nón trắng đi xe đạp. Xe tải Ka-mát. Xe Com-măng-ca chở hai gia đình văn nghệ sỹ. Xe Ben chở than. Năm 1988…

Năm 1988. Xe Ben chở than. Xe Com-măng-ca. Xe Ka-mát. Hai cô gái đội nón trắng đi xe đạp. Cầu Phú lương. Đường số 5…

Hàn tìm kiếm thông tin về cái chết oan nghiệt này, trên mạng in-tơ-nét. Đột nhiên, màn hình vi tính hiện lên dòng chữ màu đỏ. "Cảnh báo: vào trang này sẽ nguy hiểm cho máy tính của bạn. Hãy quay về trang khác".

21.

Không biết tự bao giờ, Hàn có thói quen, giường phải đặt hướng nam, giấc ngủ ngon. Hàn cũng muốn khi từ giã cõi đời, sẽ được chôn cất đầu bắc, chân nam cho yên ấm. Đi xa nhà, Hàn thường mang la bàn, nghỉ nơi lạ, Hàn cũng kín đáo chỉnh lại giường theo ý mình, khi dậy kê lại như cũ. Người ta nói về từ trường trái đất tác động đến cơ thể theo nguyên lý gì đó, Hàn không nhớ cụ thể, nhưng nếu nằm hướng khác, sẽ cảm thấy bồn chồn, buồn bực chân tay, lạ thế.

Hàn đến làng Vạn Phúc (Hà Đông). Trong làng có ngôi nhà hai tầng của địa chủ, nhưng năm 1946, trước khi rời Hà Nội lên Việt Bắc, bác Hồ đã ở tầng trên ngôi nhà này. Nghe nói, trong thời gian ở đây, bác cũng xoay lại giường, và trước khi đi cũng kê lại, còn đồ đạc khác vẫn y nguyện. Một cuộc đời ẩn chứa nhiều bí hiểm mưu lược và thói sinh hoạt khác thường. Cũng như các vĩ nhân và anh hùng, ai làm nên sự nghiệp đều phải mưu mô, tàn bạo, nhưng được che đậy bằng cái vỏ nhân từ, thanh bạch. Anh hùng nào không có bóng mỹ nhân, nhưng với những người cộng sản và kẻ tu hành, thì phải giấu kín, theo quan niệm đạo đức khổ hạnh. Thậm chí, phải chối bỏ cả gia đình, nếu như ảnh hưởng không tốt tới sự nghiệp và con đường tiến thân.

Hồi bé, Hàn thường nghe các cụ trong làng, kể chuyện, một ông cán bộ Việt Minh cao cấp, được bố làm quan to triều đình viết thư khuyên nhủ. Nhưng ông cán bộ nhà ta rất kiên trung, làm bài thơ đáp lại. Dăm chục năm sau, Hàn còn nhớ câu hẹn thề của ông ta với bố: "Cuộc hội đàm là đại bác với thần công". Gần đây, có bài báo viết rằng, bài thơ ấy là của một ông cựu tù chính trị Sơn La, thời Pháp thuộc cơ. Hàn chợt nhớ đến việc trung ương đảng công bố lại bản di chúc của Hồ Chủ tịch, coi là bản chính thức. Nhưng dư luận, vẫn cho là còn bản khác nữa mới thật, mà chưa được công bố.

Bất kỳ một con người nào, một tổ chức đoàn thể nào, cũng có những bí mật riêng và cá nhân cũng như tổ chức, đều có sai lầm trong quá trình hình thành và hoạt động, chính điều đó mới biện chứng. Ngọc quý nhường ấy, vẫn có tỳ vết. Ngọc có tỳ vết mới đúng là ngọc. Nhưng bất kỳ hoàn cảnh nào cũng phải minh bạch, là điều quan trọng nhất để tồn tại và phát triển. Tại sao cứ phải tô son trát phấn, che giấu tội lỗi, khuyết điểm để xưng tụng thánh thần? Bệnh sùng bái cá nhân, thường mắc ở các vua chúa phong kiến và lãnh tụ cộng sản, nào là: Xta-lin, Mao Trạch Đông, Hồ Chí Minh, Kim Nhật Thành, Phi-đen Cát-xtơ-rô…

Hàn đọc tiểu sử Kim Nhật Thành, bản dịch tiếng Việt, in trên giấy tốt. Trong đó, người ta ca ngợi từ đời ông bà, bố mẹ của nguyên thủ như vị thánh, mới sinh ra được con người vĩ đại nhường ấy. Bức ảnh chụp cảnh ông đi thăm nông dân, quần áo là cứng li, giày da bóng lộn, ngồi chiếu hoa trải trên đống rơm. Mấy người nông dân già có, trẻ có đang khúm núm đứng hầu chuyện. Bức ảnh thể hiện mối quan hệ giữa lãnh tụ với nhân dân lao động, giữa đầy tớ và ông chủ. Ông được suy tôn là chủ tịch nước vĩnh viễn. Sau ông, không ai được giữ chức danh chủ tịch nước nữa. Phải chăng, chế độ xã hội chủ nghĩa là biến thể của xã hội phong kiến, do những người cộng sản lãnh đạo?

Nếu tụng ca xã hội chủ nghĩa là tiên tiến nhất của loài người, cao hơn cả xã hội tư bản, thì thấy có điều không ổn. Hãy công tâm nhìn vào lãnh tụ cao sang và những người dân lam lũ trong xã hội.

22.

Lướt oép, TAM DAO.

Tam Đảo, núi có ba đỉnh, đỉnh Thiên Thị (Chợ Trời) cao một nghìn ba trăm bảy mươi lăm mét, trên có tháp truyền hình cao chín mươi ba mét.

A, té ra anh chàng vác can nhựa trắng, ăn gian cho nơi mình ở những ba trăm mét. Anh ta chỉ cần biết nơi mình đang ở là cao nhất thôi. In-tơ-nét đã thay một phần bộ óc con người. "Chả phải nhớ làm gì, mở in-tơ-nét ra là biết ngay ấy mà". Hàn nhớ lời anh ta và nghĩ bụng, lời quan có gang có thép, lời dân có nghĩa có thần. Về già, người ta hay tổng kết và triết lý vặt. Nhà văn già thường viết điều chiêm nghiệm, từng trải. "Những lá thơm hái về lúc già". Câu này của Chế Lan Viên, còn gì nữa nhỉ? "Hái những lá có hương tư tưởng". Thưa cụ Chế, làm sao mà hái được những lá có hương tư tưởng đây? Hương tư tưởng phải chăng là hệ quả của TỰ DO? Trong xã hội xã hội chủ nghĩa không có tự do, dân chủ. Tự do, dân chủ là kẻ thù không đội trời chung của chủ nghĩa xã hội. Bởi, nếu có tự do, dân chủ là chủ nghĩa xã hội tiêu vong. Tự do, dân chủ đồng nghĩa với đa đảng, một khi đa đảng là đảng cộng sản mất thế độc quyền, mất lợi thế trên chính trường. Một ông cộng sản gộc, từng nói trắng phớ: "Tự do, dân chủ nghĩa là tự sát". Tự do, dân chủ là con hổ xổng chuồng, vồ ngay tắp lự con lừa chủ nghĩa xã hội. Cho nên, những nhà lý luận Mác - Lê-nin cũng công kích tự do, dân chủ kiểu tư bản và đề cao tự do, dân chủ kiểu xã hội chủ nghĩa: "Tự do gấp vạn lần tư bản". (trích Lê-nin toàn tập, nhưng không nhớ tập nào, trang nào...).

Thưa cụ Chế, khi nhà văn chân chính cầm bút, thì tự nhiên đã trở thành người có tư tưởng tự do rồi. Chỉ có điều, phải có đủ bản lĩnh "hái những lá có hương tư tưởng" hay không mà thôi. Cái phương pháp sáng tác hiện thực xã hội chủ nghĩa, xiết lại tự do tư tưởng của các nhà văn, để cho các cấp ủy cầm cương quản lý. Phương pháp sáng tác hiện thực xã hội chủ nghĩa là cái vòng kim cô lóng lánh mà từ thời Xta-lin, đặt lên đầu các nhà văn, để khi nào cần, cấp ủy tụng niệm thần chú xiết chặt lại, trừng phạt kẻ thuộc hạ tuy có tài thần thông biến hóa, nhưng lại dám trái ý chỉ. Phương pháp sáng tác ấy là vũ khí quản lý nhà văn của đảng. Người làm công việc sáng tạo cần tự do như khí trời, để tư tưởng bay lên, ngòi bút tung tẩy. Nhưng bay lên và tung tẩy làm sao, khi mà vũ khí vẫn rê nòng ngắm, định hướng.

Cổ tay mỏi, tựa như anh thợ nguội học nghề quai búa, không được vung hai tay lên trời, mà phải kẹp tờ giấy vào nách, chỉ được vung cánh tay và lắc cổ tay, nện búa cho đều, dẻo, chính xác, nhưng không được đánh rơi tờ giấy. Hàn cũng cầm bút, lắc cổ tay, mỗi ngày ba buổi: sáng (bảy rưỡi đến mười rưỡi), chiều (hai giờ đến bốn rưỡi), tối (tám giờ đến mười rưỡi). Vị chi, mỗi ngày tám giờ ngồi bên bàn viết. Thời trẻ sung sức, Hàn thường viết mỗi ngày mười hai giờ. Thế là đã kém đi mỗi ngày mất bốn giờ rồi. Sức viết càng sút kém theo tuổi tác. Mấy bác nhà văn già phàn nàn, tuổi bảy mươi, không nhúc nhắc được là mấy nữa. Người ta bảo, cái anh nhà văn cũng như cánh đàn ông, trời cho ngần ấy tinh khí, trẻ hao phí, già cạn kiệt. Có người nói văn hoa hơn, trời cho ngần ấy vốn, tiêu xài xả láng lúc trẻ, về già thì cạn túi. Nói vậy thôi, nhưng cũng có người trường sức, về già lại càng dồi dào. Mặc kệ, Hàn cứ cắm cúi viết theo nỗi lòng đau đáu. Thời sung sức, mỗi ngày viết ba mươi trang A4, nay chỉ được chục trang, sự trưng cất chăng?

Viết tay xong, sửa chữa lại rồi Hàn mới đánh vi tính. Một bài thơ, hay cái truyện thì còn đỡ ngại, nhưng trường ca và tiểu thuyết, thì quả là khổ ải, một sự thách thức, phải tự thân vượt lên, sáng tạo lại tác phẩm của mình. Ngày xưa, ham viết, ham in. Bây giờ, có hơn chục cuốn sách rồi, Hàn cứ viết theo sự thôi thúc trong lòng, chứ không cần in nữa. Viết mà không cần in ngay, ngòi bút tự do tung tẩy trên cánh đồng giấy, không phải tự biên tập, không phải tự cắt bớt để làm vừa lòng nhà xuất bản nữa. Có cuốn, Hàn gửi bản thảo tới nhà xuất bản, bị trả lại, vì lý do có nội dung nhạy cảm vấn đề chính trị. Hàn nhớ lại cuộc trò chuyện với biên tập viên nhà xuất bản, như một thước phim quay chậm:

"*- Bây giờ, nó xiết chặt lại rồi, khó in lắm. - biên tập viên phân trần, đầy vẻ áy náy.*

- Nhưng, các vấn đề đặt ra trong tác phẩm, đều đúng với thực tế cuộc sống đấy thôi.

- Ai chẳng biết, có khi, thực tế còn khốc liệt hơn.

Nhưng mà cái thằng "Nghị quyết Hai mươi ba"[(8)] đã định hướng rồi.

- Có sai luật xuất bản đâu mà sợ cái nghị quyết ấy. - Hàn cố đấm ăn xôi.

- Nhà văn mà còn nói thế? Người ta sợ là sợ cái ngoài luật, cái trên luật, chứ đúng luật thì còn nói làm gì. Thế, còn cái gì khác không, gửi tiếp đi. Chả gì cũng là cộng tác thân quen của nhà xuất bản rồi?

- Bây giờ, viết toàn như vậy thôi.

Biên tập viên thở dài, kết thúc".

Nhưng, một khi đã là dân cầm bút, thì không viết không được, cũng như trâu cày, ngựa cưỡi, trời sinh ra thế. Không in bây giờ, mai ngày in cũng chẳng sao, hoặc giả, đưa lên mạng in-tơ-nét. Chỉ sợ tác phẩm không dám viết cái điều bạn đọc cần mà thôi. Viết mà không ham in ngay, mới là tác phẩm tâm huyết của cuộc đời. Gái có công thì chồng chẳng phụ, nhà văn có tấm lòng thì độc giả đâu có làm ngơ.

23.

Mỗi khi đến nơi lạ, ngoài việc nhìn hướng giường, Hàn còn kiểm tra mộng giường, thang giường và giát giường, xem có chắc không, chẳng may giở mình mà giát gãy, mộng sập thì mang tiếng. Ngủ ở khách sạn, còn phải xem dưới ga và đệm có bao cao su không, nhỡ có cái bao dùng dở của ai đó bỏ lại, khi đoàn kiểm tra liên ngành ập vào, thì ăn nói làm sao, tình ngay lý gian. Làm cái anh cầm bút mà dám viết, là phải phòng bị cẩn trọng lắm.

Tại sao cái giường kê cho khách, mà lại thiếu mấy thang giữa thế này? Họ mời mình đến viết báo cáo thành tích cho cơ quan, đề nghị phong tặng danh hiệu anh hùng cơ mà. Vô tình chăng? Mặc dù nghĩ vậy, nhưng khi đặt lưng, Hàn phải nín thở, nhẹ nhàng và đặt chân lên thành giường, giảm trọng lượng cho thang giường. Nửa đêm, thấy có bóng người thấp thoáng ngoài cửa sổ, có lẽ tự vệ cơ quan đi tuần, Hàn nghĩ và thiếp đi. Cảm thấy bồn chồn, đã kiểm tra giường vốn đúng hướng nam cơ mà? Khẽ nhỏm dậy, nhìn qua khe cửa, Hàn giật mình, thấy hai bóng người mai phục. Một người mở xắc-cốt, xem lại giấy, bút. Hình như, họ chuẩn bị lập biên bản về vụ gì đó?

Khi Hàn trở về, thì dư luận không cánh mà bay, đã

tấp về trước rằng, Hàn nhân chuyến công tác viết thành tích cho cơ quan người ta, mà sách nhiễu ăn uống và đưa gái vào phòng ngủ. Hỏi ai nói, thì chỉ được trả lời là nghe dư luận. Dư luận ư? Hàn lặng lẽ hệ thống lại tư liệu các sự vụ:

"Soạn thảo bài huấn thị cho tổng bí thư".
"Đơn xin gặp tổng bí thư".
"Những cuộc điện thoại bị phá sóng".
"Cốc nước hắt vào mặt".
"Thang giường bị tháo".
"Bóng người rình ngoài cửa sổ"
(...)

Những dữ kiện đó có liên quan với nhau không? Mình đã trở thành đối tượng của một chuyên án phản động nào đó rồi mà không hay ư? Những cuốn sách đang đọc để ở ngăn kéo bàn viết ở cơ quan cũng bị chụp trộm, những trò khiêu khích, những kẻ rình mò... Hàn tự thống kê lại và phân tích, mà cảm thấy sợ hãi. Khi nhà văn sống trong sợ hãi, nơm nớp lo âu, thì liệu có sáng tác được không? Hay bọn họ cố tình đánh động để gây ức chế, cản trở cảm hứng sáng tạo của Hàn?

Có nhà văn nào bỏ cuộc không? Sau vụ "Nhân văn" còn được mấy cây bút gượng dậy. Sau cơn bão, có cây bật gốc, gãy cành, nhưng vẫn đâm chồi nảy lộc. Phải chăng là bản lĩnh người cầm bút và tâm huyết văn chương quyết định. Và như sự vận động của vạn vật, cũng không ít cây chết non, chết yểu, hoặc bị sét đánh chết. Đội ngũ những người cầm bút làm văn chương, trong xã hội không có tự do, dân chủ, phải tự lột xác, trải nghiệm khắt khe, nghiệt ngã bội phần.

24.

Nhà Thiên Đàng gần vườn thánh. Những ngôi mộ đội thánh giá ngất nghểu ngay bên cửa sổ. Hàn gọi cổng, con chó trắng lông cừu chạy ra, hít hà và ngoe ngẩy đuôi. Thiên Đàng mở cổng. Con chó bông chạy quẩn chân hai người. Nàng cúi xuống, âu yếm vỗ nhẹ lên đầu nó:

- Quen nhau à?- Đoạn, nàng quay sang Hàn, - Con bông này dữ lắm. Ai đến, nó cũng lồng lên, sủa ông ổng. Thế mà anh đến lần đầu, nó làm như đã thân.

- Con bông tinh đời đấy.

Thiên Đàng nguýt dài, mặt đỏ lựng.

Hàn rất hay bị chó đuổi. Lâu dần, Hàn nghĩ ra cách đối phó: một là, nếu mình sợ hãi, nó xông tới làm dữ ngay; hai là, nếu mình điềm nhiên, nó án binh bất động; ba là, nếu mình tỏ ra chững chạc, đàng hoàng, nó sẽ thân thiện. Tuy nhiên, mõm chó, vó ngựa là phải cảnh giác, phải có mắt đằng sau mà đề phòng. Nhiều lần, Hàn cảm thấy như có cơn gió lạ sau lưng, quay ngoắt lại, con chó toan cắn trộm phải chững lại, tẽn tò thoái lui. Từ kinh nghiệm đối phó với chó, Hàn cũng ứng dụng với đời và cảm thấy giữa người với chó không khác nhau là mấy.

Đến nhà Thiên Đàng, trong lòng Hàn vui, nên nét mặt tươi và đương nhiên là đường hoàng, chững chạc. Nom phong độ ung dung, tự tin của Hàn, con bông nhận được tín hiệu thân thiện, nên liền phất cờ đuôi, nở hoa mõm nghênh tiếp.

Trong nhà, treo đầy tranh thánh, Hàn nhìn tranh đức mẹ Ma-ri-a (Maria), rồi lại nhìn Thiên Đàng, ngầm so sánh. Nàng tinh ý nhận ra, nên gương mặt tươi hồng. Chốc chốc, con bông lại ngó vào, đuôi phất cờ, nàng nghiêm mặt, dường như nó tủm tỉm và ngúc ngoắc chạy về đầu hè.

Cả hai đứng lặng hồi lâu, nhìn ra cửa sổ.

Nàng chỉ ngôi mộ to là cố đạo người Pháp.

- Sao lại là Pháp?

- Bên này sông là dòng Thừa sai Pa-ri (Paris), mà anh...

Hàn ậm ờ, bởi kiến thức tôn giáo lơ mơ, cái gì cũng biết một tý, kiểu chuồn chuồn đạp nước thôi. Nếu hỏi sâu là tắc tị, nên người xưa có cách thử nhân tài, hỏi tới cùng kỳ lý, xem biến báo kiến thức ra sao, mới chọn dùng. Nhưng lúc này, giữa Hàn và Thiên Đàng chỉ là chuyện gió đưa, các giác quan đều tập trung cao độ hướng về nhau, quấn quýt vào nhau, thỉnh thoảng, lại mượn cớ câu chuyện để nhìn nhau và sán lại gần. Ban đầu, Thiên Đàng ý tứ lui ra một chút, nhưng Hàn cảm nhận được hơi thở, hương tóc và mùi da thịt, cả tiếng quần áo sột soạt theo nhịp thở và cử động của nàng.

- Người bên giáo, không cải táng như người đi

lương nhỉ? Đào sâu chôn chặt một lần. Anh ước ao sau này, mình cũng được như vậy.

- Đừng gở, - nàng trách yêu, - tuổi xuân phơi phới thăng tiến.

- Nhưng sống bằng thừa, có ai đoái hoài tới đâu.

Nàng đỏ mặt, biết Hàn lên giọng ỡm ờ của kẻ từng trải.

- Anh thì thiếu gì…

- Chỉ thiếu một thôi.

Vạt hoa thạch thảo rung rinh trong vườn thánh. Một luồng gió thổi qua cửa sổ. Hàn cảm thấy gai người, chẳng lẽ ước nguyện của Hàn đã thấu tới trời?

- Anh về.

Hàn đột ngột nắm tay Thiên Đàng, khiến nàng sững sờ, không kịp phản ứng gì, chỉ lặng lẽ bám theo bằng bước chân vô định. Con bông đi theo, vẻ mặt rầu rĩ.

Cả hai rời tay nhau, nhưng lại nhìn nhau thăm thẳm. Đoạn, Hàn giơ tay chào con bông theo kiểu quân sự, khiến nàng phì cười. Con bông phất cờ đuôi, rối tinh cả lên.

25.

"- Cu Ba (Cuba) định bỏ tiền tệ, dùng hàng đổi hàng".

"- Bên ta, có thời suýt thế, còn chuẩn bị tổ chức ăn cơm tập đoàn như Căm-pu-chia".

"- Cái bọn diệt chủng ấy thì nói làm gì?"

"- Pôn-pốt cũng là cộng sản cả đấy, cùng một đảng cộng sản Đông Dương, tách ra từ đại hội Kim Bình(9) mà thôi".

"- Liên Xô đã tuyên bố hoàn thành giai đoạn chủ nghĩa xã hội, bắt đầu tiến lên chủ nghĩa cộng sản".

Bọn đàn bà hay nói chuyện chợ búa và con cái. Bọn đàn ông hay nói chuyện chính trị và tình dục. Cánh văn chương cũng giương ăng-ten lên, thu thập đủ mọi tin tức của đám đàn ông và đàn bà.

"- Không khéo lại trở về cái thời ăn lông ở lỗ. Xuất phát từ "cái máng lợn vỡ", làm um tí mẹt lên, rồi lại trở về với "cái máng lợn vỡ".

"- Liên xô lên chủ nghĩa cộng sản bằng tàu vũ trụ à? Nghe nói, người ta đã ăn theo nhu cầu rồi".

"- Ta cũng đang tiến lên hợp tác xã cấp cao, hợp tác các làng hộn lại thành hợp tác cả xã. Hợp tác làng tiến lên hợp tác xã, cả huyện thành pháo đài thật rồi".

"- Như kiểu Tào Tháo, tự dưng mắc gian kế, xích các thuyền lại, đến khi bị đánh hỏa công, không làm sao gỡ ra mà chạy thoát thân cho được".

"- Họ định làm trò gì ấy nhỉ?"

"- Trò chơi chính trị, dùng người dân thí điểm các phong trào".

Vào khoảng thời gian Việt Nam bắt đầu thành lập đảng cộng sản, thì ở Liên Xô, Xta-lin đã chỉ đạo: "Từng làng trọn vẹn, từng tổng, cả từng quận, nông dân đi vào nông trang tập thể". Ba mươi năm sau, Bắc Việt Nam lặp lại tương tự, lạ thật? Bức ép nông dân vào hợp tác xã cũng bằng các chính sách liều lĩnh, bạo ngược như Liên Xô, Trung Quốc, nhưng bên ngoài vẫn hô hào là vận động nông dân tự nguyện, tự giác. Phát triển kinh tế nông nghiệp bằng mô hình duy ý chí, chứ không phải là đẩy mạnh công nghiệp để trang bị phương tiện, máy móc, phân bón, thuốc trừ sâu, bảo quản sau thu hoạch, tạo điều kiện cho một nền nông nghiệp hiện đại, như các nước tư bản đã và đang làm. Xã hội xô-viết chủ trương dùng phân phối thay cho buôn bán, lại cũng duy ý chí nốt. Thế mà ta cũng áp dụng, triệt thoái hết các chợ nông thôn, thay bằng các hợp tác xã mua bán, khiến cho nông thôn tiêu điều, như những đứa trẻ đẻ non lại thiếu sữa vậy.

Cùng trên đường ray xã hội chủ nghĩa, người lái tàu là đảng cộng sản, cả phe là một đoàn tàu, mỗi nước là một toa tàu, cứ thế, kéo theo nhau và cuối cùng trật bánh, đổ vỡ tan tành. Có phải là trò đùa của tạo hóa, hay là trò chơi của ông tổ Các Mác? Đó là bệnh dịch giáo điều, mù quáng, hay ảo tưởng gây ra? Hỏi đã có ai dám kết luận chưa? Bởi vấn đề có ý nghĩa quốc tế, không thể đoán mò theo kiểu thầy bói xem voi được.

Bọn Hàn dự lớp tập huấn báo chí, ông giáo sư tóc bạc kể, hồi những năm tám mươi của thế kỷ trước, sang Liên Xô học, cánh trí thức bên ấy ngạc nhiên pha chút thương hại bảo, chúng tao sắp đổ rồi, chúng mày còn sang học làm gì? Nghe mà rợn tóc gáy, nhưng mươi năm sau lại thành sự thật. Trí thức thường đi trước thời đại, cho nên khi xã hội nhiễu loạn, giới cầm quyền rất ghét trí thức, nhưng vẫn phải vừa dùng, vừa nghi, không dám bỏ.

Có lần, Thiên Đàng nhận xét: "Văn nghệ sỹ các anh là bạo mồm lắm". Hàn chống chế: "Nhà văn là thư ký thời đại mà". Ừ, đúng là bọn Hàn có lúc ăn nói vong mạng thật, nhiều khi là rất cảm tính, thấy cái gì trái tai gai mắt là là xù lông lên ngay. Không như những người theo đạo Thiên Chúa, bị o ép triền miên, luôn bị kiếm cớ hành xích, nhưng họ lặng lẽ chấp nhận, cam chịu để tồn tại. Không, họ có cái từ gì đó, nghe rất lạ tai, nhưng đầy tính văn hoa, à, đúng rồi, "sự vâng phục". Cái đức tin của họ mới ghê gớm làm sao, năm trăm năm du nhập vào Việt Nam, thời Tự Đức bị đàn áp tàn khốc, chặt đầu, chôn sống; dưới thời Hồ Chí Minh thì giải tán hội đoàn, cấm đào tạo tu sỹ, phá nhà thờ… Nhưng họ vẫn cắn răng tồn tại và âm ỉ phát triển, y như cây gỗ nghiến, cháy trong lõi, không nhìn thấy được, khi có gió mới bùng cháy lên.

Thông điệp Bách chu niên, kể công rằng, Thiên Chúa đã góp phần làm sụp đổ hệ thống chủ nghĩa xã hội, ở Đông Âu và Liên Xô. Goóc-ba-chốp, Cựu tổng bí thư ban chấp hành trung ương đảng cộng sản Liên Xô cũng xác nhận: "Sự sụp đổ của bức màn sắt là không thể được, nếu không có Giáo hoàng Gioan Phao-lô II".

Hàn cảm thấy giữa mình và Thiên Đàng, có lúc tuy hai mà một, lại có lúc tuy một mà hai. Giữa hai tâm hồn, tình cảm đã hòa nhập, sự đồng điệu trong các buổi tâm sự và những nụ hôn ngọt ngào, cũng như sự động chạm thể xác đã dính kết hai người. Nhưng còn một khoảng cách không khỏa lấp được giữa lý tưởng của Hàn và đức tin của Thiên Đàng. Hàn biết, nếu mình lấy Thiên Đàng, thì phải học kinh và làm lễ hôn phối tại nhà thờ. Phải hành động lén lút thôi, có thể qua mắt cơ quan, nhưng Hàn cảm thấy không đàng hoàng, có điều gì khuất tất, không minh bạch, trái với cốt cách của mình. Vả lại, cái đạo Thiên Chúa cũng như chủ nghĩa Mác - Lê-nin có phần xa lạ như khách phương xa tới, không gần gũi như đạo Phật. (Mặc dù đạo Phật cũng từ Ấn Độ, Trung Quốc truyền vào). Nhà Hàn đi lương, trong lý lịch khai phần tôn giáo là không theo đạo nào, nhưng bà và mẹ thường hay lên chùa. Trong chùa thờ Phật và có cả tượng bác Hồ. Nhưng cơn gió vườn thánh thổi qua cửa sổ nhà Thiên Đàng bữa nào, như đã hút mất hồn của Hàn rồi. Hàn không muốn mất Thiên Đàng, nhưng chung sống với nhau là có phần ngần ngại. Một lần, những ngón tay chuyên cầm bút đã rờ tới đám lông tơ mượt mà và bàn tay Thiên Đàng đã buông lỏng cổ tay Hàn, vũ trụ như ngưng lại. Nhưng Hàn từ từ rút tay ra, khiến Thiên Đàng cố nén tiếng thở dài. Hàn ướm hỏi chuyện tình duyên, nhưng Thiên Đàng lặng lẽ, tựa hồ lời tỏ tình kia là dành cho hoa cỏ và trăng sao. Hàn thì thầm: "Về với anh nhé?". "Khuya rồi, bố mẹ không cho đến cơ quan anh đâu". Nàng lại chơi chữ. Hàn cười trừ. Nàng cũng khúc khích cười, khiến con dế đang hát tình ca cũng giật mình nín bặt. Trong nhà, vọng ra tiếng ho húng hắng. Hàn đứng dậy, lặng lẽ ra về. Nàng hôn nhẹ lên má Hàn, thay lời tiễn biệt.

Tuy tình cảm đồng điệu với Thiên Đàng và tinh thần thượng tôn đất nước, nhưng Hàn lại phản đối đảng, chính quyền đối xử không công bằng và thiếu minh bạch đối với Công giáo, không phải là cái sự trong đó có Thiên Đàng, mà nói đúng ra là sự vi phạm hiến pháp và pháp luật về tôn giáo, tín ngưỡng. Hàn cảm thấy, đảng và chính quyền vừa căm ghét lại vừa sợ hãi Công giáo. Nếu cấm hoạt động thì còn ra thể thống gì, nhưng cởi mở lại sợ bị lật đổ có ngày. Bởi vậy, việc trị dân, trong dân có tôn giáo, trong tôn giáo có Công giáo là một nghệ thuật, vừa cương vừa nhu và cần nhất một tấm lòng, nhưng về khoản này, đảng và chính quyền lại yếu kém. Đảng và chính quyền chỉ nhăm nhăm bắt mọi người phải vâng phục, tụng ca, một kiểu cai trị trung cổ, chứ không phải an dân, vì dân. Hình như, trong công tác tôn giáo, cán bộ phải tỏ ra sắt đá, thủ đoạn thì mới được đánh giá lập trường, tư tưởng vững vàng. Còn cái kiểu như Hàn, thì bị coi là có quan hệ phức tạp, cần xem xét.

Người cộng sản tự đặt cho mình tiêu chuẩn riêng và khuôn xã hội phải theo tiêu chuẩn đó, xây dựng xã hội mới, con người mới chưa từng có trên thế gian, gây ra hậu quả khiên cưỡng, trớ trêu, bi hài kịch.

26.

Đoàn giáo dân kéo lên trụ sở ủy ban nhân dân thị xã, đòi trả lại nhà thờ.

Thiên Đàng hô to:

- Hãy trả Thiên Chúa những gì thuộc về Thiên Chúa!

Tay cán bộ văn xã khẽ hỏi Hàn:

- Thiên Chúa dự phần gì ở đây?

- Người ta đòi trả lại nhà thờ đấy.

- Chuyện này là phức tạp đây. Con bé nào nom xinh như bà Ma-ri-a, mà chanh chua gớm. Đứa nào lấy, nó cầm chương.

Hàn chạnh lòng, vừa lúc ấy, Thiên Đàng cũng chợt nhìn thấy Hàn trong đám quan quân ngoài hành lang phòng tiếp dân. Nàng sững người, có vẻ lúng túng. Hàn vội lảng ra cổng.

Tay cán bộ văn xã bày mưu cho thị ủy và ủy ban thị, khéo léo vận động đưa giáo dân trở về nhà thờ, nay đã thành trung tâm văn hóa- thể thao. Ở đó, dù có ồn ào cũng không sợ thất chính trị. Thế là đám giáo dân và cán bộ cùng nhau kéo về cái chỗ Thiên Chúa dự phần. Lập tức, bọn thanh niên Công giáo đóng chặt các cửa nhà thờ lại, đứng canh gác bên ngoài, nhốt đám cán bộ ở trong, đòi yêu sách, chỉ khi nào thị ủy, ủy ban thị trả lại nhà thờ, thì mới thả cán bộ, nếu không, cùng chết cả với nhau.

Thấy đám con chiên hung hăng, sẵn sàng tử vì đạo, thị ủy chỉ đạo giải cứu con tin, bằng cách cho cán bộ ủy ban mặt trận tổ quốc vào thương thuyết, nhân cơ hội cho lực lượng vũ trang vào đánh bắt thanh niên Công giáo quá khích, giải cứu cán bộ. Nhưng bọn Công giáo ma lanh, úp luôn cả người thương thuyết lại và nhanh như trở bàn tay, hàng trăm giáo dân ở đâu ùa ngay ra: già có, trẻ có, đàn bà có, đàn ông có, tức thì rải chiếu nằm xung quanh các xe đặc chủng chở quân, xe phá mìn, xe cứu hỏa, xe chở phạm nhân, xe cứu thương. Thế là xe cộ, quan quân hùng hậu trong phút chốc bị vô hiệu hóa.

Tình hình căng thẳng kéo dài một tuần, mặc dù con tin không bị đói khát, nhưng thể xác và tinh thần đã mệt nhoài cả ra rồi. Gây sức ép, đe dọa, xoay xở hết cách cũng không ăn thua với bọn con chiên sẵn sàng tử vì đạo, lại cũng không thể dùng vũ khí mạnh tiêu diệt mấy trăm người của cả hai bên được, cực chẳng đã, thị ủy phải cầu cứu tỉnh ủy, tỉnh ủy thỉnh trung ương. Trung ương bèn cho mời linh mục từ tòa giám mục trở về cùng bàn bạc. Linh mục tuy mềm mỏng, nhưng cũng đưa ra yêu sách y hệt giáo dân, đến nước này thì thị ủy, chứ có đến trung ương cũng phải chấp thuận thôi. Thế là, cả hai bên cùng lặng lẽ thu quân.

Hôm sau, chuông nhà thờ lại vang lên gióng giả. Các loại lưới cầu lông, sàn nhảy, quầy căng-tin được giáo dân thu dọn sạch sẽ.

Ủy ban nhân dân thị xã cũng triệu tập cuộc họp đánh giá tình hình, tay cán bộ văn xã viết bản báo cáo, chủ tịch thị xã đọc, kêu như chuông: "Dưới sự chỉ đạo sáng suốt, khôn khéo của cấp ủy, sự kiên quyết của chính quyền và sự năng động, dũng cảm của các lực lượng tham gia, ta đã giải quyết êm gọn vụ gây rối trật tự của một số phần tử quá khích, lợi dụng chính sách tự do tín ngưỡng và tôn giáo, đòi yêu sách. Đến nay, tình hình an ninh, trật tự đã ổn định. Đông đảo bà con giáo dân đã lên án hành động gây rối, và bày tỏ lòng quyết tâm xây dựng cuộc sống tốt đời, đẹp đạo, sống phúc âm trong lòng dân tộc".

Hàn ghi lại nội dung, hôm sau, làm bài phóng sự, gửi báo đảng bộ tỉnh, nhưng thư ký tòa soạn đút vào ngăn kéo, xua tay: "Thôi, trên chỉ đạo, không làm phức tạp thêm tình hình".

Cả bản báo cáo tràng giang đại hải kia, cũng không đọng lại tâm trí Hàn, bằng nụ cười đắc thắng thoảng qua trên môi Thiên Đàng, giữa sân nhà thờ. Nghĩ về nụ cười ấy, Hàn vội vào mạng Gu-gồ, tìm Ca-tô-lích(10), rồi gõ câu Kinh Thánh đó và ấn phím en-tơ (enter). Màn hình hiện lên lời giải của Giê-su: "Cái gì của Xê-da trả về Xê-da, trả Thiên Chúa những gì thuộc về Thiên Chúa". Hàn cắm cúi đọc và ghi, lạ nhỉ, có lẽ, Kinh Thánh không chỉ là sản phẩm của riêng Công giáo, mà là sản phẩm văn hóa của nhân loại.

27.

"Khu văn hóa- thể thao trong nhà thờ";

"Con bông nhà Thiên Đàng";

"Chó trắng trên quốc lộ";

"Xe vỡ két nước và kính chắn gió";

"Nụ cười đắc thắng Thiên Đàng".

Những dữ kiện từ từ hiện về. Hàn xâu chuỗi lại: Nhà thờ - Thiên Đàng - Chó trắng - Con bông - Khu văn thể - Két nước - Nhà thờ -… Điều gì xảy ra đều có sự sắp đặt cả ư? Tai nạn do trời thì nhẹ, nhưng có sự báo trước cơ mưu và có thể nhận ra định mệnh. Nhưng tai nạn do người thì nặng, khó đoán biết trước âm mưu, ngụy trang khuất lấp, triệt thoái tất cả, trở thành ngẫu nhiên.

Hàn châm một điếu Ngựa Trắng. Lại trắng ư? Chó trắng, con bông, ngựa trắng. Những mảng trắng gợi cho Hàn màu bệnh viện. Bệnh viện sực lên mùi phê-nôn tẩy trùng. Thuốc tẩy gợi sự liên tưởng búi giun đũa say hạt bí. Ôi, cống rãnh và dòi bọ. Cái xác chết tấp vào bãi sông, không thể phân biệt nổi giới tính, nhung nhúc dòi bọ và mùi thối khẳn đặc trưng của động vật chuyên ăn thịt. Kìa, những đám bốc mộ mà xác chưa phân hủy. Dao nứa cứa đứt những búi gân. Giun….

Cái gạt tàn sứ vẽ bông hoa đào đã đầy những mẩu tàn thuốc lá màu xám nhạt… Hàn cười khùng khục về sự lặp lại của sự vật và hiện tượng, sự trở về của ký ức, như thể cái bu-mê-răng của thổ dân da đỏ. Giọng cười làm Hàn trở lại cảm giác sảng khoái.

28.

Chiếc xe ô-tô Len Crai-xơ chở bọn Hàn đi thực tế, khi quay về thị xã thì vừa chập tối. Đường phố lên đèn cao áp, ánh sáng vàng đục, đượm vẻ buồn. Chỉ đi có mấy ngày, thế mà lúc trở về cũng có cảm giác náo nức. Đường nhựa át-phan phẳng lỳ. Xe bon bon chạy, êm như ru. Hạ cửa kính cho mát, âm thanh phố phường lập tức ùa ngập xe: tiếng động cơ, tiếng còi, tiếng ti-vi trong các căn hộ "nhà ống" vọng ra... Trên cao là đèn đường, dưới mặt đường, những chùm đèn cốt sáng trắng của xe ngược chiều, đèn hậu màu đỏ của xe cùng chiều và đèn com-pắc hắt ra từ cửa những ngôi nhà dọc hai bên phố. Tất cả, tạo nên sự náo động của âm thanh, lung linh màu sắc, khiến con người cũng dâng trào hứng khởi.

Mọi chuyến, đi công tác về, chỉ dám xơi thịt chó, vừa rẻ tiền, lại có đạm cao. Chuyến này, sản phẩm giao lưu với ngân hàng, chuẩn bị tuyên truyền cho ngày truyền thống ngành ngân hàng, theo quyết định của chủ tịch Hồ Chí Minh đã ký ở hang Bòng, thời kháng chiến chống Pháp. Nói đến ngân hàng là nói đến tiền. Tiền thù lao rủng rỉnh, cả bọn kéo nhau vào nhà hàng đặc sản.

"- Tiền chùa".

“- Chùa là chùa thế nào, công sức mình bỏ ra hẳn hoi. Ta mà không liên hệ được thì có mà mốc mép”.

“- Cái khoản liên kết này lại hóa hay. Cụ phó xem có mối nào beo béo cho anh em liên kết tiếp nhé, như ban tài chính quản trị tỉnh ủy chẳng hạn?”.

“- Bọn này tiền tấn, nhưng không rờ vào được. Chùa cả, toàn hòa thượng và sư cụ trụ trì”.

“- Vừa là nhà thơ, nhà văn, nhà báo, rõ là ba trong một. Chuyến này nhuận bút ngất ngưởng”.

“- Còn chụp ảnh nữa, bốn trong một chứ”.

“- Uống”...

Chợt nhìn thấy cốc nước chanh đá mà cô tiếp viên đưa ra, Hàn giật mình, bất giác, đưa tay lên che mặt.

Hang Bòng, Hàn đã có lần đến. Nơi đó, lưng chừng vách núi có cái cửa hang, được dựng ngôi nhà sàn cho bác Hồ làm việc, trong cuộc kháng chiến chín năm. Mấy ông đã từng tham gia đội quân bảo vệ, dựng lán, đào hầm bảo, cái nhà sàn phải trên cao nữa mới đúng. Cánh bảo tàng khẳng định như đinh đóng cột, định vị đúng trăm phần trăm, phục chế chuẩn chín mươi chín phần trăm. Chẳng ai chịu ai, nhưng tất cả phải chịu thực tại. Nhà dựng lên rồi, bia cắm rồi, quay phim, chụp ảnh, ghi sổ lưu niệm cả rồi, chẳng lẽ lại dỡ ra mà chuyển lên? Thử hỏi, đoàn khảo sát làm ăn ra sao? Giám đốc bảo tàng khu di tích kiểm tra kiểu gì? Phó chủ tịch ủy ban nhân dân tỉnh phụ trách văn xã, khi ký tờ trình bộ văn hóa không thẩm định à? Rút dây động rừng, một xê-ri hậu quả kèm theo. Cứ tưởng sự thật mà đảo lộn được trật tự hệ thống à? Đặt bệ dựng tượng rồi, cứ thế mà khấn vái, hưởng lộc.

Nhưng Hàn không dừng lại, phải tìm đến ngọn nguồn lạch sông. Hàn tìm gặp ông già người dân tộc Mông Đen, từng tham gia đội xây dựng, chuyên dựng lán trại trong ATK(11) Việt Bắc. Chạy xe mô-tô đến đến cuối bản thì phải dừng lại, gửi xe nhà trưởng bản và theo chỉ dẫn, leo lên nhà ông ta ở lưng chừng núi. Cầm cái đèn ác-qui xách tay, ngược dốc là leo.

"- Ngày xưa, đốt đuốc đi đêm phải có cái sọt lót lá dong, lá chuối".

"- Hái nấm, hái măng à?".

"- Không phải thế, chỉ để dụi tàn đuốc thôi".

"- Sợ rắn cạp nong theo đóm ăn tàn à?".

"- Không phải thế đâu, phòng bọn Việt gian, phát hiện ra đường giao thông bí mật thôi".

Hàn hỏi chuyện hang Bòng, ông bảo:

"- Họ đã làm thế thì nên thế, trên đã đồng ý cho phép rồi, không nói làm gì nữa".

Hàn thất vọng như vào ngõ cụt, nhưng ông ta lại dẫn vòng ra một ngả đường mòn.

"- Nhưng mà có cái địa điểm hội nghị nông dân toàn quốc, hồi chuẩn bị cho cải cách ruộng đất, ông Hồ Việt Thắng chủ trì, bác Hồ cũng đến dự và đi thăm lán trại của các đại biểu nông dân nữa".

"- Di tích đã khôi phục chưa, xa không?".

"- Ngay gần đây thôi, nhưng cái chuyện cải cách ruộng đất đau xót quá, chẳng nên dựng lại di tích làm cái gì. Cái ông ấy, giỏi lắm nhá, biết mấy thứ tiếng ngoại quốc, phát động một cái, bao nhiêu người chết".

"- Kể ra, làm một cái di tích hội nghị nông dân cũng được".

"- Thế thì khác gì cái bia căm thù. Ta chỉ dựng bia căm thù đế quốc sài lang thôi chứ. Ta làm dân chết, thì phải rút kinh nghiệm sâu sắc thôi mà".

Nhà ông vẫn còn bàn thờ dán lông gà, như thế là vẫn chưa theo Tin Lành. Lớp người tham gia kháng chiến chống Pháp thường trung kiên. Họ từ dân nô lệ An Nam của xứ Đông Dương thuộc Pháp, trở thành công dân nước Việt Nam độc lập, thấm thía cái giá phải trả bằng xương máu và mồ hôi nước mắt. Họ cũng chưa từng được hưởng nền tự do, dân chủ nào cả, nên vẫn mang nặng đầu óc, tư tưởng phong kiến, ngu trung, sùng bái lãnh tụ.

Trên đường trở về, ý nghĩ vẫn nối tiếp trong đầu, Hàn cho xe chạy chậm, nháy đèn pha và ấn còi những quãng đường cua, đề phòng những ông tan cuộc rượu đêm, chạy thục mạng về nhà. Không biết có nên dùng từ "ngu trung" hay không? Bởi họ không biết rằng, cái chủ nghĩa Mác - Lê-nin và tư tưởng Hồ Chí Minh là ảo tưởng. Họ vẫn tin tưởng sắt đá vào tương lai chủ nghĩa cộng sản và chiến đấu hy sinh với tinh thần cao cả và thiêng liêng. Phải tra lại từ điển Tiếng Việt cho thận trọng, hay là thôi, sợ người ta lại hiểu lầm là xúc phạm, chứ không phải là mình đưa ra có tính luận cứ hẳn hoi. Kinh nghiệm bản thân cho hay rằng, cái gì đã lưỡng lự thì thôi, nếu cố làm, sẽ trục trặc và phiền hà.

29.

Cuốc bộ qua cồn cát, những chiếc lá cỏ chọc qua bàn chân đau nhói. Lá cỏ hình kim, xanh nhạt và giòn, bẻ gãy như cái que. Nắng chói chang, nhưng có gió biển, nên không cảm thấy bức bối. Hàn lò dò xuống vụng nước, trong leo lẻo, vốc mộ ngụm, nước lợ, không uống được. Khát khô cả cổ. Trong tiếng sóng biển ồn ào, chợt vang lên tiếng máy nổ, Hàn leo lên đỉnh cồn, nhìn xa xa thấy cái giàn khoan, vội vã chạy cuống cả chân, mới xin được ngụm nước uống. Tò mò hỏi mấy người công nhân, được biết, họ đang khoan thăm mò trữ lượng mỏ sắt, lớn nhất Việt Nam. Quái lạ, cạnh bờ biển cũng có mỏ sắt, cứ tưởng phải trung du, miền núi mới có các loại mỏ sắt, kẽm, vàng, bạc chứ nhỉ? Nước ta đúng là đất vàng biển bạc, chỉ cần có ông vua có đầu óc canh tân, dám nghe kẻ sỹ, biết làm giàu như Nhật Bản, thì dân được nhờ. Lãnh tụ nước mình cũng tài ba, nhưng nghiện nặng cái món lý luận đấu tranh giai cấp và chuyên chính vô sản, nên làm cho dân tộc suy vong.

Đất khoan lên thành những thỏi tròn, cắt khúc như những viên than tổ ong, đánh số thứ tự. Ừ, không đánh số thì lẫn lộn trên dưới, không chừng quặng dưới âm ty, lại cho là mỏ lộ thiên ấy chứ. Mấy anh công nhân gầy nhẳng, đen như cột nhà cháy, chỉ được cái giọng to như lệnh vỡ, át cả tiếng sóng biển, chỉ cho Hàn cách đi, phải ra sát mép nước, cát mịn, không bị chồn chân, nhưng hơi xa một tý.

Nước xanh, trời xanh hòa nhập phía chân trời xa tít mù tắp. Chân trời là nơi mắt ta không nhìn thấy được, chứ thực ra, chả có chân trời. Ai đi tìm chân trời chỉ có hoài công. Chủ nghĩa Mác - Lê-nin mở ra chân trời mới ư?

Có con tàu trắng xuôi phương nam, bỗng nhiên, kéo một hồi còi. Hàn tưởng nó chào mình, rối rít vẫy mũ lá đáp lại. Nhưng chợt thấy một con tàu khác, ngược chiều, cũng cất tiếng còi. Thì ra, chúng chào nhau. Có tiếng chuông leng keng, Hàn vội né về phía cồn cát, ngảnh sang, thấy một cô gái đạp xe băng băng. Ô lạ, cát không lún nhỉ?

“- Xứ mô mà chộ lạ?”.

“- Dân Bắc vô”.

Cái nón trắng trật xuống lưng, gió thổi ngược, khiến cô ta khom lưng, nom như con rùa trắng. Nhìn hai vạt áo bay thốc như lá buồm, hai ống quần phông lên như ống phao, Hàn thấy cô ta khổ sở với mớ nón lá và áo quần. Kể ra, trần truồng thì đỡ mệt. Hình như cô ta đọc được ý nghĩ của Hàn, nên mặt ửng hồng, mắt long lanh, bắt chuyện và đột ngột đẩy cái xe đạp vào tay Hàn, rồi ngồi lên boóc-ba-ga. Vừa đạp một vòng, Hàn đã vội bẻ ghi-đông về phía cồn cát, bánh lún, cả hai đổ chổng kềnh. Thế mà cô tại lại cười như nắc nẻ, nói qua hơi thở gấp gáp:

"- Đi sát mép nước, cát lèn chặt, mới không bị lún".

"- Nước biển mặn, mà không sợ gỉ xe à?".

Cô tại lại cười rung bần bật, bầu vú áp vào lưng, khiến Hàn nóng ran cả người. Chắc hẳn cô ta nghĩ, vớ được anh chàng ngố đây. Bàn tay cô tay đang ôm hông, đột nhiên quờ xuống mỏm yên, làm Hàn giật nảy mình.

"- Khỏe rứa, đạp xe mệt thấy mồ, thế mà vẫn ngỏng đầu rồng".

Hàn ngượng, cười trừ và kéo tay cô ta ra.

Ngoài khơi, các thuyền đánh cá đang lục tục vào bờ. Cô ta nhảy xuống, vỗ lưng Hàn:

"- Đi nhá" - và chạy vội về phía bến cá.

Hàn ngỡ ngàng, gọi với theo:

"- Này, xe".

Cô tay ngoái lại chỉ tay:

"- Tấp vô đó".

Hàn tần ngần đặt xe nằm trên bãi cát và nhìn hút bóng cô ta đang cùng đoàn người lội xuống biển, kéo thuyền.

*

Ngược con đường đất nện vào quốc lộ chờ xe. Hàn ghé vào quán, gọi bát nước chè xanh và miếng bánh cu đơ, vừa ăn uống, vừa gợi hỏi bà chủ quán:

"- Ngôi đình bây giờ ra sao?".

"- Sao biết có đình".

"- Làng nào chả có đình, làng to thế này, chắc đình cổ lắm?".

"- Phá rồi".

"- Đạo sắc phong ai giữ?".

"- Chết rồi".

"- Bây giờ ai quản lý?".

"- Bán rồi".

Khi về già, chống gậy, ngẫm lại, thấy cuộc đời tiêu tốn bao nhiêu thời gian, công sức cho những việc vô nghĩa, còn để làm nên tấm nên miếng, thì chẳng đáng là bao. Có khi, long đong lận đận ngược xuôi chân trời góc biển, khó nhọc cả đời, mà khi tính cuộc vuông tròn, bỗng thấy tay không.

Thật chua xót, khi tàn hơi, nản chí chỉ còn cây gậy là bạn đồng hành. Gậy hát trong tay:

Người có thể bỏ gậy
Gậy không nỡ bỏ người
Tay còn cầm được gậy
Lẽ nào chân lại ngồi.

30.

Chủ nhật, Hàn đạp chiếc xe nặng như cùm, bộ khung dựng bằng ống nước, một thứ sắt mạ kẽm thì phải, thế mà lai Thiên Đàng băng băng, về thăm quê ngoại, bên xóm đạo. Ở đây, cũng có nhà thờ to, tháp chuông buông thõng hai sợi dây chão, thế mà bọn trẻ con chơi đùa xung quanh, không đứa nào dám đu dây chuông. Ngoài vườn, những cây nhãn và xoài lúc lỉu chùm quả, nhìn đã ứa nước miếng, thế mà vẫn còn nguyên, không đứa nào dám léo hánh. Hàn cảm thấy không khí xóm đạo khác với làng quê Hàn, có vẻ gì thâm nghiêm. Trong làng, không nghe thấy tiếng chửi bới của mấy bà nạ dòng, cảm thấy thiêu thiếu chất quê, như thể bữa cơm thiếu món măng ớt vậy. Hình như, cái nhìn cũng quy ước, không thấy cô nào trừng trừng nhìn khách lạ, mà chỉ ngước nhìn với góc bốn mươi lăm độ thôi. Trong các gia đình, chỉ treo tranh thánh, không thấy ảnh lãnh tụ như làng Hàn. Làng Hàn, nhà nào cũng treo chân dung bác Hồ; có nhà còn đủ bộ lãnh tụ cộng sản thế giới và trong nước: Các Mác, Ăng-ghen, Lê-nin, Xta-lin, Mao Trạch Đông và Hồ Chí Minh, Tôn Đức Thắng, Võ Nguyên Giáp, Lê Duẩn, Hoàng Quốc Việt… Khi Trung Quốc diễn ra cách mạng văn hóa, thì có nhà đảo vị trí, cho ảnh Hồ Chí Minh lên trước ảnh Mao Trạch Đông. Thiên Đàng về chơi, khẽ bảo, nom như phòng truyền thống. Nay về quê ngoại Thiên Đàng, thấy những tranh bà Ma-ri-a bồng chúa hài đồng, Giê-su chịu nạn trên cây thánh giá và tranh các thánh, Hàn cũng khẽ nói, nom như nhà thờ. Ngỡ Thiên Đàng phật ý, nhưng nàng lại cười tươi, vẻ tự hào.

Con chiên khi nằm, hoặc ngồi, thường hướng mặt về nơi thờ Chúa, nhưng tín đồ thì lại phải quay đầu về bàn thờ Phật. Ai cũng có cái lý của người ta, đương nhiên, những sự khác biệt đến độ đối lập vẫn cùng tồn tại. Dân Việt, thờ phụng từ tấm lòng, tôn giáo nào du nhập vào cũng để hướng thiện, nên giữa các tôn giáo, tín ngưỡng không có xung đột, không có chiến tranh tôn giáo. Nhưng tôn giáo thường bị nhà cầm quyền lợi dụng phục vụ chính trị. Công giáo bị các thế lực chống cộng lợi dụng, Phật giáo được đảng khuếch trương, lợi dụng làm một chính sách an dân. Điều đó, tiềm ẩn một nguy cơ, các thế lực chính trị giao tranh, con chiên và tín đồ sẽ bị cuốn vào vòng binh lửa. Xung đột giữa các tôn giáo, hoặc giữa nhà nước với tôn giáo (đặc biệt là Công giáo), có thể sẽ xảy ra.

Bà ngoại mời cơm trưa, nhưng Thiên Đàng tinh ý, biết Hàn e ngại, nên từ chối khéo. Bà ngoại bèn cho con cá chép to, vắt ngang chậu sành, ép Thiên Đàng phải mang về. Hàn từng ăn cá kho mặn chát trong những ngày cuốc đất lật cỏ, áo vá quần cộc và chén cá rán trong ngày giỗ, xơi cá hấp bia trong tiệc chiêu đãi hội nghị, nhưng bữa nay mới được ăn cá luộc. Thiên Đàng tỷ tê hỏi:

"- Trong con cá, anh thích ăn gì nhất?".

"- Môi".

"- Thế là đứng trên thiên hạ đấy".

"- Té ra, em cũng biết nghề bói?".

"- Ngoài cá, anh còn thích gì nữa?".

"- Mạnh Tử nói: cá ta thích vậy, bàn tay gấu ta cũng thích vậy".

"- Em chỉ có cá thôi".

"- Có nhiều là đằng khác, nhưng tiếc người ta…".

Câu nói lỡm, kèm theo cái lia mắt, khiến Thiên Đàng vội khép chân lại, mặt đỏ chín, y như lần đầu tiên hỏi đường lên nhà thờ vậy. Hàn cũng cảm thấy ngượng với chính mình, vội lảng chuyện:

"- Nhà bà ngoại có nhiều cá không?".

Thiên Đàng cảnh giác, sợ Hàn gài bẫy trong câu hỏi, nên đắn đo một lúc mới trả lời:

"- Nghề đánh cá sông mà".

"- Thế thì, hôm nào ta lại về chơi".

"- Anh thì thiếu gì chỗ có cá…".

Câu nói tỷ của Thiên Đàng, vô tình gợi cho Hàn nhớ lại những chuyến đi viết về phong trào "Ao cá bác Hồ". Từng đoàn xe rồng rắn kéo về tận Hà Nội, lấy giống cá trong ao nhà sàn, chở về nuôi. Chỗ nào cũng đào ao, xây bờ, cắm biển "Ao cá bác Hồ" và biển "Cấm câu trộm". Các hợp tác xã hay trả thù lao bằng "con cá bác Hồ" cho phóng viên, nhưng Hàn không dám nhận những "con cá chính trị" ấy.

Phong trào "Ao cá bác Hồ" ào lên như trận lụt, báo chí cũng rùm beng ca ngợi, khuyến khích. Nhưng rồi, cá đi đằng cá, ao lấp đằng ao. Tất cả vụt qua đi, như chưa hề có. Bọn Hàn hay nhái câu Mạnh Tử: cá ta thích vậy, báo ta cũng thích vậy. Bọn thơ phú cũng sáng tác hàng loạt bài về "Ao cá bác Hồ", nhân đó, ca ngợi công ơn trời biển của bác và đảng, nhưng năm tháng qua đi, chẳng còn đọng lại câu thơ nào.

Cái trò cơ hội chính trị, không tồn tại trong văn chương, thơ phú đích thực. Nghe tiếng mõ thì niệm Phật, thấy phong trào nổi lên thì làm thơ, đâu phải cái tâm. Phải lấy tâm làm bến đỗ, lấy máu làm dòng sông, thì con thuyền thơ ca mới ra được biển rộng sông dài, mới hòa nhập được với nhân loại.

31.

Vắt tay lên trán, Hàn ngẫm, có thời, người ta nhọc công chế tạo động cơ vĩnh cửu, luyện kim đan, tìm thuốc trường sinh và xây dựng chủ nghĩa cộng sản, nhưng cuối cùng, tất cả vô vọng, vì trái đạo trời, phản quy luật. Nhưng nếu biến những điều ấy thành khát vọng, mơ ước thì tuyệt vời. Chẳng hạn, chốn thiên đàng, cõi cực lạc…

Chuyện trên trời mà đưa xuống trần gian là ảo vọng, trở thành bi kịch.

*

"- Thiên Đàng, anh cần và muốn em".

"- Có lẽ, anh chỉ muốn em thì phải?".

"- Nếu chỉ muốn thôi là dung tục, bao nhiêu cô gái có thể làm chuyện đó. Nhưng nếu chỉ cần thôi là ảo tưởng, chẳng lẽ, nửa bên kia lại chỉ để thờ? Sự cần và muốn phải hài hòa, đó mới chính là Thiên Đàng".

"- Em sợ người nói hay lắm".

"- Nếu trần trụi thì bảo là khô khan, thô lỗ, cộc cằn, dùi đục chấm mắm cáy; mà ngọt ngào, êm dịu lại cho là giả dối. Chả lẽ, cũng kết hợp cả hai tính cách đó sao?".

Thiên Đàng ngước nhìn xa xăm, với góc một trăm ba mươi lăm độ.

32.

Chưa bao giờ cái thị xã miền núi, nhỏ như lòng bàn tay này, lại tắc đường trong dịp tết Trung thu như thế. Từ tối mười tư, hàng đoàn mô hình diễu hành, nào là thuyền buồm, khủng long, nàng Bạch Tuyết và bảy chú lùn, thầy trò Đường Tăng đi thỉnh kinh, rồi thì trâu cà, xe tăng, ô-tô, máy bay… Tất cả đồ sộ, tỷ lệ nom chả kém thực. Các xe chở mô hình còn kéo theo cả máy nổ, cấp điện cho hệ thống đèn chiếu sáng, trang trí và âm thanh loa đài. Trẻ con ngồi trên xe mô hình, người lớn đi xe máy kèm bên hộ tống. Các đám rước ầm ĩ, náo nhiệt cái thì nối đuôi nhau, cái thì ngược chiều nhau, thế là tắc đường.

Từ chập tối cho tới nửa đêm, các xe ô-tô không được chạy qua thị xã, phải theo đường vòng tránh. Nếu cái đám ô-tô tứ xứ ấy kéo qua thị xã nữa, thì có khi chồng đống lên nhau cũng không biết chừng.

Đêm rằm, ngoài các xe mô hình lại trình diễn tiếp, còn thêm đội quân rước đèn ông sao của học sinh các trường tiểu học, trung học cơ sở, trung học phổ thông và trường chuyên thị xã nữa, lại càng náo nhiệt. Đó, tiếng trống, tiếng kèn, tiếng còi xe, tiếng động cơ, tiếng hò hét… Tưởng như mớ âm thanh hỗn tạp ấy, làm thị xã có thể vỡ tung ra được. Đường lại tắc, Hàn đứng trên ban công, nhìn đoàn xe ùn tắc dưới lòng đường, mùi xăng và khói bốc lên, làm không khí nóng sực, cảm thấy nghẹt thở. Âm thanh của máy nổ, xe máy, loa đài, còi xe và tiếng cười nói huyên náo, làm cho Hàn ù tai.

Đêm mười sáu cũng thế, hình như người ta tiếc công tiếc của làm mô hình, nên chơi rốn. Nghe đâu, mỗi mô hình tốn từ dăm triệu đến vài, ba chục triệu đồng. Ăn chơi phải nghiến răng và tốn kém. Sang đêm thứ ba, thế mà đường phố vẫn đông nghẹt. Người ta có cái gì như sự hồ hởi, xả hơi. Mấy năm trước, chỉ có trẻ con rước đèn ông sao và kéo xe tăng khung nan phất giấy, cùng với tiếng trống ếch rộn ràng.

Không biết các nhà xã hội học, sẽ nhìn nhận vấn đề này thế nào, chứ tự dưng, Hàn liên tưởng đến các cuộc "cách mạng màu" ở Đông Âu. Hàng đoàn người biểu tình, hăm hở kéo về các thủ phủ, giương khẩu hiệu, biểu ngữ, giật đổ tượng đài lãnh tụ cộng sản. Xem phim tư liệu, thấy tượng Lê-nin bị giật đổ chổng kềnh. Những kẻ quá khích trèo cả lên đầu, lên ngực pho tượng đổ, mà reo hò, nhảy múa. Cả một biển người cuồn cuộn, trào lên, chế độ xã hội chủ nghĩa tồn tại nửa thế kỷ, bỗng chốc sụp tan tành như những pho tượng đổ. Ảo tưởng xây dựng một thiên đàng trên mặt đất đã biến mất.

Không biết, liệu người ta có thể hình dung, sau cuộc bạo loạn chính trị ấy, đời sống người dân sẽ ra sao? Chế độ xã hội diễn ra theo kịch bản nào? Liệu có sung sướng, tự do hơn xã hội cũ không? Cận cảnh, những gương mặt thanh niên và trung niên, có cả phụ nữ và trẻ con, tất thảy đều hớn hở. Các lực lượng giải tán biểu bình, dùng dùi cui, lá chắn, đạn hơi cay, xe phun nước, nhưng vô vọng. Đoàn người biểu tình vẫn xông lên, lăn xả vào, khiến lực lượng vũ trang cũng phải chùn tay.

Tại sao ở xã hội văn minh, công nghiệp phát triển, quê hương của các lãnh tụ cộng sản: Mác, Ăng-ghen, Lê-nin và là quê hương cách mạng vô sản, thành trì xã hội chủ nghĩa, mà nhân dân lại đồng loạt vùng lên, xóa bỏ chế độ, không phải bằng vũ khí nóng, hoặc vũ khí lạnh, mà bằng tay không, nhưng đồng tâm, đồng lòng? Tất nhiên, phải có sự bật đèn xanh, thậm chí tiếp tay của các thế lực phương Tây. Nhưng cái cơ bản, vẫn là sự bất mãn cao độ của nhân dân, đó là điều không thể phủ nhận. Sự khát vọng tự do, dân chủ là đặc tính cao quý của con người. Một xã hội muốn xây dựng lâu đài nguy nga tráng lệ cho dân chúng, thì trước hết, phải có nền móng tự do, dân chủ vững chắc. Nếu không, kỳ vọng bằng mấy cũng chỉ là mớ lý thuyết suông, mị dân.

Không phải cái chuyện, trâu lành không ai mặc cả, trâu ngã lắm người cầm dao, nhưng có thể so sánh trên những nét đại đởn, cùng trên châu Âu:

Phe tư bản, về quân sự có khối NATO(12), về kinh tế có khối Thị trường chung châu Âu, về văn chương có giải Nô-ben. Tư bản, ngày càng xích lại gần nhau, mở rộng NATO, có Euro là đồng tiền chung châu Âu, có nghị viện châu Âu, đi lại giữa các quốc gia không cần làm thủ tục xuất, nhập cảnh.

Phe xã hội chủ nghĩa, về quân sự có khối tổ chức

Hiệp ước Vác-sa-va, về kinh tế có khối COMECON[13], và các giải thưởng mang tên Lê-nin, Xta-lin… Tuy cùng do đảng cộng sản lãnh đạo, vũ trang bằng lý luận Mác - Lê-nin, nhưng ngày càng mâu thuẫn, xung đột vũ trang và gây chiến tranh đánh lẫn nhau, cuối cùng sụp đổ. Mấy nước còn lại, buộc phải ngả theo tư bản để tồn tại, chấp nhận WTO[14] làm tiêu chuẩn phấn đấu và mong ngóng tư bản sớm công nhận có nền kinh tế thị trường, thay cho nền kinh tế kế hoạch hóa của chủ nghĩa xã hội.

Phe tư bản thì gọi Liên Xô là đế quốc, phe xã hội chủ nghĩa cũng gọi Mỹ là đế quốc. Tại sao? Hàn nghiên cứu lịch sử, thấy thế giới đã tồn tại mười ba đế quốc, nào là La Mã, Khơ-me, By-zan-tin, Mông Cổ, Ốt-tô-man, In-ca, Mút-han, Anh, Mãn Thanh, Nga, Na-pô-lê-ông, Liên Xô. Thời gian tới, có thể Trung Quốc sẽ thôn tính biển Đông và tràn ngập Đông Dương, áp tới cả vùng Đông Nam Á để trở thành đế quốc nữa chăng?

Không phải cao đàm khoát luận gì, nhưng một anh "bốn trong một" tỉnh lẻ như Hàn, cũng có thể nhìn nhận, thì các nhà lý luận ở trung ương hẳn sẽ đánh giá vượt tầm, đưa đất nước phát triển đúng quỹ đạo mới, hội nhập thế giới. Cứ vòng vo cãi nhau mãi về "chế độ ưu việt", rồi "khó khăn tạm thời", thành tích lại "tiến thêm một bước mãi", mệt quá.

Từ chỗ lý luận ba dòng thác cách mạng, nhấn chìm chủ nghĩa tư bản, thì lại bị chính dòng thác của xã hội mình trào lên, quật đổ. Cái mớ lý luận ấy có đúng không, hay chỉ là duy ý chí, áp đặt chủ quan? Thế mà bắt mọi người phải học, phải thi, phải nhớ chỉ để tự cao tự đại, rồi kết cục là sự trả giá. Khẳng định "chủ nghĩa tư bản giãy chết" (Lê-nin toàn tập), nhưng cuối cùng lại chính là bản thân mình.

Không biết đầu cua tai nheo của cái chủ nghĩa cộng sản như thế nào, chỉ biết là giai đoạn cao hơn của chủ nghĩa xã hội, của cải tuôn ra dạt dào như nước suối ban mai, theo ý tưởng của Lê-nin, mà thôi. Hàn nghĩ, nếu có xã hội cộng sản, thì về chính trị vẫn chỉ do một đảng cộng sản cầm quyền. Các tổ chức đoàn thể nằm dưới sự kiểm soát của đảng, thực chất, không có đa nguyên, đa đảng và cũng không có tự do, dân chủ. Lĩnh vực kinh tế, phải có biểu hiện đặc trưng là đảng quản lý theo kiểu kế hoạch hóa, với hai thành phần kinh tế cơ bản là quốc doanh và tập thể… Vậy thì vẫn là chủ nghĩa xã hội. Xã hội ấy, không có mô hình thực tiễn, chỉ là ảo tưởng tai hại mà thôi. Xã hội xã hội chủ nghĩa không thể tiến lên xã hội cộng sản, bởi chính nó đã tự sụp đổ và chuyển sang con đường tư bản định hướng xã hội chủ nghĩa! Đó là một sự khiên cưỡng về lý luận, một sự đùa nhả về thực tiễn, của những người cộng sản cầm quyền còn sót lại.

Là người trong cuộc, chứng kiến cảnh đổ vỡ, văn sỹ quèn như Hàn, chưa đến mức cảm thấy mình cũng có trách nhiệm, nhưng quả là có sự đau xót dịu dàng. Hình ảnh người bác sỹ khám bệnh cho thân nhân, cứ ám ảnh mãi trong đầu Hàn. Biết thân nhân bị bệnh hiểm nghèo, nói ra mà không chữa được, sẽ bị coi là bất nhẫn, nhưng không nói ra thì canh cánh trong lòng. Trong xã hội cũng vậy, số đông có thái độ mặc kệ. Người xắn tay vào thì bị sứt đầu mẻ trán, ai khiến? Nhưng là người cầm bút, thì phải tự dấn thân. Từ đó, nở hoa kết trái tác phẩm. Tác phẩm ấy, mang hơi thở thời đại, thể hiện khát vọng nhân dân.

Nhớ lại, đám rước cuồng nhiệt trong những đêm trung thu, Hàn băn khoăn, nếu biến thành đám biểu tình ở cái thị xã miền núi này, thì không thế lực nào ngăn cản nổi. Có thể đầu rơi, máu chảy và phố xá, nhà cửa tan hoang, chứ không "êm dịu" như cuộc "cách mạng cam", "cách mạng xanh" ở Đông Âu và Liên Xô. Bởi dân ta chỉ thấy bức xúc và bất công, chứ chưa biết sự tự do, dân chủ cần cho con người đến mức độ nào. Hai chục năm sau ngày sụp đổ, quá nửa số người Nga, hầu hết thuộc thành phần có trình độ nhận thức và thu nhập thấp, vẫn còn đề cao giá trị của nó cuộc cách mạng tháng mười Nga, coi như một cú huých thúc đẩy lịch sử phát triển, mang lại một kỷ nguyên mới cho dân tộc; gần nửa số còn lại cho rằng, cuộc cách mạng long trời lở đất ấy là một thảm họa, kìm hãm đất nước hơn bảy mươi năm.

33.

Hàn dận đôi giày mõm dài, nom như bàn chân người nhái, mỗi bước đi cứ lẹt bẹt như đập mẹt. Buổi họp báo do ban tuyên giáo tỉnh ủy tổ chức, giới thiệu cuốn lịch sử đảng bộ tỉnh. Đông người, Hàn cứ phải dè chừng, chỉ sợ mõm giày nét bét như nhái giập đầu, nên mất cả tập trung, chỉ le ve vòng ngoài, nghe hóng. Nhưng cũng may, nội dung chẳng có gì đáng chú ý, thời gian và mục đích và thành phần đã ghi rõ trong giấy mời rồi, cứ ở nhà cũng có thể làm được một cái tin, mà lại có cả tập sách tặng kèm theo nữa, nên càng vững tâm. Nhưng phiền nhất là bữa tiệc đứng, cánh nhà báo cứ tớn lên, vừa lấy thức ăn, đồ uống, lại nghểch lên hóng chuyện đám cán bộ chính trị, nên ban đầu, mõm giày của Hàn vẫn bóng lộn. Nhưng chỉ sau vài tuần chúc tụng bia, rượu, thì ôi thôi, đôi mõm giày méo xệch một cách thảm hại, mấy lần làm Hàn suýt ngã vì cất bước mà không nhấc nổi chân. Giày không vừa chân là một hình phạt, mà người đi nó tự chuốc lấy.

Lẳng đôi giày vào góc nhà và lật xem tập lịch sử, bọn biên tập đã kịp hê cái bài huấn thị của tổng bí thư, do Hàn soạn thảo ra rồi, nhưng sự kiện thì vẫn còn đó. Bỗng nghe cái "bộp", ngó xuống, thấy cái phong bì, ruột chứa hai trăm ngàn đồng, chắc là thù lao để bốc thơm; thôi, cũng bù vào tiền giày. Gớm thật, nhà xuất bản Chính trị quốc gia hẳn hoi. Lắm số liệu quá, chi tiết tỷ mỷ cả từ chuyện địa phương đã đóng góp bao nhiêu dân công cho Điện Biên Phủ, đến chuyện bao nhiêu người tham gia cải tạo kinh tế tư sản đợt "X1" và "X2" ở miền Nam sau ngày giải phóng. Cái này, thực chất là đánh vào tư sản Hoa kiều thôi. Nhưng tại sao lại né tránh cuộc chiến tranh biên giới Việt-Trung, tuy cũng có điểm qua, nhưng sơ sài, chiếu lệ quá. Nếu thế, phải ghi ngoài bìa là dự thảo chứ. Lịch sử gì mà lại kể ra hàng lô phong trào và số liệu thành tích, nào là hợp tác hóa nông nghiệp, "Ao cá bác Hồ", "Vườn quả bác Hồ"... Nhưng chỉ thống kê thành tích, mà không nói quá trình đổ vỡ và nguyên nhân thất bại. Nếu chỉ đọc lịch sử, người ta lầm tưởng là đã trở thành xã hội trên thiên đàng, hoặc chủ nghĩa cộng sản từ lâu rồi, chứ không phải cái chuyện, mỗi năm trung ương phải cấp bảy mươi phần trăm ngân sách nữa. Lịch sử mà phản ánh không đúng sự thật về nhân vật và xã hội, thì khác nào đi giày không vừa chân.

Nhưng tại sao chỉ là lịch sử đảng bộ tỉnh, mà không phải lịch sử của tỉnh nhỉ? Tại sao không viết thông sử? Lật lại lời nói đầu, thấy nêu vai trò lãnh đạo toàn diện và tuyệt đối của đảng, đưa tỉnh nhà kinh qua từ thắng lợi này đến thắng lợi khác. Nhưng lịch sử đảng và thông sử không thể trùng khít với nhau được. Trong tiến trình lịch sử của dân tộc, biết bao sự kiện đảng không tham gia ủng hộ, thậm chí còn chống lại, làm sai lệch cả lịch sử. Mặc dù là lịch sử truyền thống, nhưng viết như vậy là không khoa học và thiếu khách quan.

Nhưng bọn Hàn chỉ được mời dự họp báo công bố tác phẩm thôi, đã đánh chén rồi, nhận phong bao rồi, bây giờ há miệng mắc quai, đành phải viết cái tin diện tích hai bao thuốc lá, đăng trang hai, kèm theo cái ảnh chụp bìa cuốn sách, thế thì phải to bằng ba bao thuốc lá, viết thêm về sự chỉ đạo sát sao của ban thường vụ và sự nỗ lực của ban tuyên giáo. Có khi phải đưa đẩy, nâng cao giá trị tác phẩm rằng, cuốn sử này đáp ứng lòng mong đợi của cán bộ, đảng viên và đồng bào các dân tộc và là tài liệu quý cho việc biên soạn lịch sử đảng bộ các huyện, thị xã. Ôi trời, thế này thì có phải là cái tin họp báo không nhỉ? Nhưng chắc tổng biên tập cũng gật thôi.

Hàn xác định, làm báo và ảnh để nuôi văn chương. Nhưng văn chương định hướng xã hội chủ nghĩa, lại bị kiểm duyệt gắt gao hơn cả thời thực dân, đế quốc, chỉ có thể viết vuông thành sách cạnh như đồng bánh chưng, hoặc tròn ung ủng như quả trứng gà mà thôi. Giải thưởng Nô-ben văn học thế giới, không tặng cho những tay bồi bút.

Lắm lúc, Hàn không tìm thấy lối ra, lúng túng như gà mắc tóc, cổ thì cố ngỏng lên cao để nhìn ra xung quanh, nhưng đôi chân vẫn luẩn quẩn tại chố đứng của mình. Xã hội như một cỗ xe đang lao vào ngõ cụt, chả lẽ, mình lại nhảy xuống thoát thân, mà hô hoán lên thì sẽ bị đập gãy cổ, vỡ đầu như bỡn.

Người mẹ mang thai, sinh con đẻ cái là vĩ đại và thiêng liêng, nhưng lại là công việc muôn đời của tạo hóa. Nhà văn trăn trở sinh nở đứa con tinh thần, là công việc nặng nhọc của trí tuệ và tình cảm. Khi viết xong bản thảo, nhà văn coi như hoàn thành việc thai nghén, nhà xuất bản là bà đỡ cho tác phẩm và cấp giấy khai sinh cho nó. Nhiều tác phẩm chết yểu cả mẹ lẫn con, khi bị đánh đòn hội đồng, tác giả bị kiểm điểm xử lý, tác phẩm bị nghiền thành bột.

34.

Hàn cảm thấy, mình đang sống trong một xã hội rất khó gọi tên chính xác, theo cách biểu hiện của nó: quan chế ảnh hưởng phong kiến, kinh tế ngả chiều tư bản, quản lý khoa học, văn học, nghệ thuật, tôn giáo theo kiểu chủ nghĩa xã hội và xây dựng khuôn mẫu con người theo chủ nghĩa cộng sản. Một xã hội "bốn trong một", như thể bọn Hàn, nghề nghiệp "bốn trong một". Thoạt tiên, ai cũng ngỡ mình tài giỏi, cái gì cũng biết một tý, nhưng không tinh thông chuyên nghiệp một thứ gì, cuối cùng, tính cuộc vuông tròn, tác phẩm toàn loại hàng chợ, văn chương loại hai, sáng tác kiểu minh họa chủ trương, đường lối, chính sách, bán không ai mua, cho không đắt, may mà có mấy tờ văn nghệ địa phương và báo đảng bộ tỉnh tiêu thụ cho. Xã hội cũng thế, cứ tưởng tiên tiến nhất trong lịch sử nhân loại, còn định ào lên, làm cỏ chủ nghĩa tư bản, để hoàn thành sứ mệnh của giai cấp tiền phong, là xây dựng chủ nghĩa xã hội trên toàn thế giới. Khi ngộ ra mới biết, xã hội chả xếp vào loại gì, nửa dơi nửa chuột, nhặt nhạnh mỗi chỗ một tý, rồi đổ vỡ tan tành mây khói.

Tựa như người ốm lửng, chẳng phải tương tư, thân nhiệt không sốt cao đột ngột và kéo dài, không ho, không buồn nôn, chẳng phải cúm gà, hay cúm lợn. Đầu váng vất, huyết áp tối thiểu chín mươi và tối đa một trăm ba mươi mi-li-mét thủy ngân, thế thì chẳng phải huyết áp quá cao. Cảm giác khó chịu, khi phải nằm không. Tay cầm bút mỏi rã rời. Người đau ê ẩm. Nhìn trần nhà, thấy thạch thùng ngửa bụng rình mồi, chán. Xoay nghiêng, thấy con nhện giăng tơ góc tường, phục kích tụi muỗi. Nằm xấp, nhìn xuống đất, thấy con muỗi đang bò khom cao trên nền nhà, chuẩn bị tấn công mục tiêu trên giường. Tất cả rình rập và tất bật trong cuộc mưu sinh. Muốn tồn tại và phát triển thì phải chuyên cần. Ngày nào không viết, Hàn cảm thấy bứt dứt, khó chịu, như thiêu thiếu một cái gì đó, mặc dù biết rằng, cái mẩu bản thảo cố viết ra đó, rồi cũng vứt vào sọt rác mà thôi. Nghe kể, sau giải phóng Sài Gòn, mấy anh bộ đội đi mua trái cây, gặp bà lão bày giỏ trên vỉa hè, hỏi mua cả giỏ bự, bà lão không chịu, chỉ bán lẻ chút một thôi. Thấy lạ, gạn hỏi, bà lão điềm nhiên trả lời, bán hết liền, thì ngồi chơi cả buổi à?

Tuổi trẻ ham chơi, đến khi có tuổi rồi, Hàn mới thấm, lam làm là nhu cầu tự thân của mỗi con người. Hằng ngày, phải làm một cái gì đó, có khi cũng chẳng biết để làm gì. Phần lớn sức lực và thời gian con người bỏ ra là vô bổ hoặc tầm thường, chỉ đọng lại cho nhân loại một chút tinh hoa mà thôi. Có việc làm vô nghĩa, có cái chết vô nghĩa cũng là chuyện thường tình của thế giới loài người. Nhưng có những cuộc chiến tranh khốc liệt, làm chết hàng vạn người, thì không thể làm ngơ cho được. Cuộc chiến tranh biên giới Việt-Trung, cuối thế kỷ hai mươi, kéo dài mười năm có lẻ. Có khu vực biên giới, hai bên câu pháo sang nhau, khiến núi đá bạc trắng như vôi. Nhưng lại có đồi chốt, lính hai bên chiến tuyến chơi với nhau, lính Trung Quốc ném sang bia Vạn Lực và mì trứng, bộ đội Việt Nam thì lẳng sang cá hộp Ô-đét-xa. Hai bên vẫn hàng ngày cảnh giới, sửa hầm hào, nhưng án binh bất động. Họ đều hiểu cuộc chiến gây ra bởi các lãnh tụ cộng sản, giữa hai quốc gia xã hội chủ nghĩa anh em, về tình cảm vẫn được ngợi ca gắm bó như răng với môi, về địa lý có núi liền núi, sông liền sông. Nhưng nếu quay súng phản chiến, thì chịu tội chết, nên cả hai bên cùng ngồi chơi xơi nước, cho yên tấm thân.

Kẻ thông tuệ, từng trải, thường điềm đạm, ít nói, người đời gọi là thâm. Có nhà văn già tổng kết: "Người viết tiểu thuyết phải thông tuệ" (15). Mình đã đạt tới tầm thông tuệ chưa? Hàn tự hỏi, và ngẫm trong lòng, có lẽ, mới chỉ là hạng ít nói thôi. Nhưng cứ phải viết, viết như nhảy xuống nước mới tập bơi cũng được. Tập bơi vũng nhỏ, rồi ra sông dài, biển rộng. Viết, thấy thiếu lại đọc, lại đi, tự bồi bổ vốn sống.

Không, không thể nằm, nằm là ốm, kéo gục mình xuống mất. Hàn vục dậy, khoa chân múa tay, hít sâu bằng mũi và thở ra bằng mồm, cảm thấy khí mát lùa vào từng phế nang, hình như máu lưu thông tốt hơn, người khỏe ra. Hàn rửa mặt bằng nước lạnh, cảm thấy sảng khoái. Phải tự điều chỉnh sức khỏe mới được, có người còn dùng lý trí tự điều chỉnh được huyết áp cơ mà. Không được ốm, đó là yêu cầu thúc giục của lưỡi cày bút và cánh đồng giấy.

Tác phẩm này, Hàn viết theo thể chính luận, liệu có cần cho những người tư tưởng cấp tiến? Mình không thể giỏi hơn họ, không thể thông minh hơn họ, nhưng dám nói ra cái điều bức xúc trong xã hội, lật tẩy sự ngụy biện, đánh tráo khái niệm. Mình không bôi đen xã hội, nhưng rõ ràng, xã hội cần thay đổi bằng một cuộc cách mạng. Hàn đau đáu nỗi niềm văn chương, ngõ hầu, góp phần mang lại quyền thiêng liêng về tự do, dân chủ cho con người. Hàn mơ ước, xã hội chuyển đổi mà không xảy ra chiến tranh đổ máu. Hàn cũng nghĩ thân phận, khi công bố tác phẩm, sẽ bị đánh vỗ mặt, hoặc bắn lén.

Hăm hở viết, rồi lại phân vân, liệu mình có viết quá lên không, nhà văn nói láo, nhà báo nói phét là đúng chăng? Tuy mục đích chiến tranh là vì ý thức hệ, nhưng cộng sản đã góp phần quan trọng, giành lại độc lập và thống nhất đất nước, từ chỗ Việt Nam không có tên trên bản đồ thế giới, mà nay có chân trong Liên Hợp Quốc. Chủ nghĩa xã hội, dù đầy khuyết điểm, dù phải vay nợ và phụ thuộc nước ngoài, nhưng đời sống kinh tế, văn hóa, xã hội cao hơn chế độ phong kiến, thực dân. Điện và đường giao thông đã đến khắp bản cùng xóm vắng. Có điện, có đường là kéo theo tất cả về phương tiện giao thông và nghe, nhìn. Giáo dục phát triển, hàng mấy chục triệu người đi học. Bữa ăn chưa ngon nhưng đã no, quần áo chưa đẹp nhưng đã lành. Và lại, còn thông tin liên lạc qua điện thoại, di động và in-tơ-nét đang phát triển như một sự bùng nổ… Những đảng viên cộng sản bình thường vẫn tin vào sự nghiệp vĩ đại của đảng, phấn đấu xây dựng thành công chủ nghĩa xã hội. Họ là những người có ý chí sắt đá và tinh thần dũng cảm, dám hy sinh vì lý tưởng, nhưng có ngờ đâu chủ thuyết sai lầm từ gốc. Những lãnh tụ cộng sản và trí thức cộng sản hàng đầu, hẳn hiểu rõ sự đổ vỡ của học thuyết Mác - Lê-nin, nhưng đã chót đâm lao phải theo lao, vì quyền lợi ích kỷ của mình và nhóm lợi ích của mình. Nếu họ là người có tâm huyết với dân tộc, thì hãy làm một cuộc chuyển đổi chế độ xã hội mà không gây đau thương, đổ máu.

Năm 1945, khi Pháp thua Nhật, rồi Nhật đầu hàng, chờ quân Đồng minh vào tước khí giới, các nước Đông Nam Á cùng vùng lên giành độc lập dân tộc. Trong khi đó, nước mình, cộng sản dưới vỏ bọc Việt Minh, lại dẫn dắt theo con đường ảo. Bây giờ, nếu so sánh với đời sống các nước trong khu vực, lại thấy nước mình tụt hậu quá xa là xa. Phải chăng, nước họ phát triển mạnh là do không bị đảng cộng sản độc quyền lãnh đạo? Ngẫm mà buồn tê tái.

Những luồng suy nghĩ như hai thanh ray, có lúc tách biệt chạy song song, có lúc rối tung lên, quấn vào nhau như nhà ga bị ném bom. Tất cả mớ hỗn độn đó, có lúc riết róng, xung đột, lại có lúc hân hoan bắt tay, tặng hoa cho nhau, làm cho đầu Hàn muốn vỡ tung.

35.

Mấy hôm nay, thị xã tổ chức lễ hội chọi trâu.

Thị xã miền núi mà lần đầu tiên thi chọi trâu, kể cũng lạ, nhưng Hàn không đi xem. Hàn sợ các cuộc thi chọi chim, chọi gà, chọi trâu. Các con vật lao vào nhau tỷ thí, máu me đầm đìa, trong tiếng hoan hô vang dội của khán giả. Tất cả người và vật đều say máu. Một trò chơi dã man, mông muội. Nghĩ cũng may, người ta chưa tổ chức thi chó cắn nhau. Ngày bé, bọn Hàn nghịch ngợm, bắt những chú chó con đang chơi đùa thân thiện, cầm cổ gáy cho chúng húc mõm nhau. Một lát, chúng liền nhe răng ra, cắn nhau chí tử. Bọn Hàn reo hò khoái trá. Nghĩ lại, Hàn phải sám hối. Có cuộc chiến nào trên thế giới, xảy ra tương tự trò chơi suýt chó như thế không nhỉ?

Hàn đã xem ti-vi, cảnh chọi trâu Đồ Sơn, có con bị gãy cả sừng, nom gớm chết. Báo chí cũng húm vào, bốc lên, kể ra tỷ mỷ công phu tìm kiếm, đi khắp Việt Bắc, sang cả Lào để mua trâu chọi, thuê ô-tô chở về, cho đến việc chăm bẵm, huấn luyện cho quen không khí thi đấu náo nhiệt giữa tiếng hò la, chiêng trống và lại phải canh chừng bảo vệ, đề phòng đối phương lập mưu hạ độc… Ôi, đó là cuộc chiến thực sự giữa người và người, còn trâu chỉ là phương tiện thôi, chúng cũng như cái xe tăng, tàu bay vậy. Tàn cuộc, con thua hay thắng đều bị ngả thịt cả. Hỡi ôi, đời trâu chọi, dù thắng hay thua cũng chỉ có duy nhất một lần mà thôi. Con thắng, giá cao hơn và gấp mười lần thịt trâu chợ. Người ta tranh nhau mua về ăn lấy may, mỗi cân thịt trâu, giá ngang chỉ vàng. Nhưng cũng chỉ có đám quan chức và dân buôn mới có tiền mua và chúng cũng hay chọi nhau, khốc liệt chẳng kém gì những con trâu trên sới.

Hàn không phản đối ra mặt, nhưng trong lòng thấy ghê ghê, như cảm giác đọc phải những trang sách tục tĩu. Văn dù phản cảm, Hàn vẫn cố đọc. Bởi sự đọc bây giờ, để bồi bổ trang viết, chứ không chỉ là trí tò mò, hay thường thức đơn thuần nữa. Thì ra, trên đời, mỗi người đều có thú vui riêng. Người thích xem trò đấu chọi, người thì ham đọc sách... Đông đàn dài lũ những trò chơi, những nghề nghiệp, những sở thích làm nên cộng đồng nhân loại, làm nên quốc gia và thế giới. Và rồi, những sở thích trái ngược, những quan điểm, tư tưởng đối lập gây ra xích mích, xô xát, chiến tranh giữa các làng bản, quốc gia và thế giới.

Thế giới luôn được xây đắp và hủy hoại muôn đời. Trong hòa bình tiềm ẩn chiến tranh và trong chiến tranh cũng nảy nở cơ hội hòa bình. Cứ thế, loài người là sinh vật khó dạy bảo nhất hành tinh, trong lòng nó chứa chất thù hận, mưu toan, tham vọng và biết chế tạo ra công cụ, vũ khí ngày càng tối tân, để thực hiện tham vọng của mình.

Thiên Đàng sợ chiến tranh. Anh trai nàng đi bộ đội,

được tuyển vào huấn luyện kỹ thuật thông tin. Nhưng khi vừa tốt nghiệp, thì bị phát hiện là người Công giáo, liền bị điều về tuyến sau, cán bộ chỉ huy sợ anh ấy làm thông tin, ra tiền tuyến, lại truyền tin cho địch, hay đầu hàng, thì tổn thất vô cùng lớn cho cách mạng. Anh nàng uất, nhục, quẩn và đã dùng lựu đạn, ôm vào ngực, giật nụ xòe, thế là lên thiên đường trước cả cha già mẹ héo. Hàn khuyên, đừng lẫn lộn giữa các cuộc chiến tranh. Thiên Đàng bảo, cách ứng xử của đảng, chính phủ cộng sản đối với Công giáo và giáo dân, cũng là một cuộc chiến không tiếng súng.

Từ khi chủ nghĩa Mác ra đời, cuộc đấu tranh ý thức hệ ngày càng trở nên tàn độc. Cuộc chiến, có khi dàn trận, có khi không chiến tuyến, ở đâu cũng có thể lập mặt trận. Hình như, giữa Hàn và Thiên Đàng cũng đang ngấm ngầm diễn ra cuộc chiến ý thức hệ. Chủ nghĩa xã hội, tuy bất cập về chủ thuyết, nhưng sẽ phát triển hùng mạnh, nếu như những người cộng sản không mị dân và không dùng thủ đoạn hiểm độc sát hại lẫn nhau. Những người cộng sản tự làm suy yếu mình, chủ nghĩa xã hội ngày càng bộc lộ khuyết tật và trở nên cản trở sự phát triển xã hội văn minh. Người khác ý thức hệ, đương nhiên là đối địch, người cùng giai cấp là anh em, nhưng cũng lừa miếng lẫn nhau; cùng đứng trong đội ngũ tự cho là tiên phong, lãnh đạo cách mạng nhưng cũng tìm cách hạ bệ lẫn nhay. Trong xã hội cũng như trong tổ chức, không có đoàn kết tuyệt đối, mà nhiều khi là sự lợi dụng lẫn nhau, khi hết vai trò là hạ bệ, rồi tung tin nói xấu, giậu đổ bìm leo. Người ta trọng sự bảo vệ lẫn nhau, bảo vệ phe nhóm, vì quyền lợi thiết thân hơn chuyện bảo vệ chế độ và lý tưởng và chân lý. Lãnh tụ này lên, đảo ngược sự chỉ đạo và ý tưởng của tiền nhiệm. Trong xã hội, thịnh hành tâm lý sợ hãi cấp trên, luôn tìm cơ hội để thăng tiến. Vô tình, tạo tiền lệ xấu về các nhóm lợi ích mà không lấy lợi ích quốc gia, dân tộc làm trọng. Xã hội kiệt quệ, mất sức đề kháng và sức chiến đấu tấn công. Con người ta khi được thăng quan, tiến chức ở thế thượng phong, vui như tết. Đến khi mất chức, hoặc nghỉ hưu thì tỏ ra thất thế, buồn như nhà có đám tang vậy.

Một nửa thế kỷ trôi qua, người cộng sản để lại dấu tích trong chiến tranh, dù là vì ý thức hệ, nhưng đã mang lại độc lập và tái thống nhất đất nước, nên rất đỗi oai hùng; vậy mà trong quá trình xây dựng xã hội chủ nghĩa, thì để lại một nền kinh tế còi cọc. Như một đàn voi, những người cộng sản ào ạt xông lên, không sức mạnh gì ngăn cản nổi, để lại đằng sau, nơi tuyến đường nó đã đi qua, một sự tàn phá ghê gớm, mà phải mất hàng mấy chục năm, mấy trăm năm sau mới khôi phục lại được.

36.

Kể cũng lạ, ngày xưa thì ca ngợi bác Hồ là trung thành tuyệt đối với chủ nghĩa Mác - Lê-nin, nay phải trở về cứu nguy dân tộc, thì lại ca ngợi bác có tinh thần dân tộc, đến nỗi Xta-lin từng cho ngồi chơi xơi nước, ở quốc tế cộng sản, những mấy năm liền. Không biết, sau này xã hội biến đổi, lại trưng ra tinh thần tự do, dân chủ của bác nữa chăng? Có nhà nghiên cứu đã viết, bác Hồ là một nhà hoạt động dân chủ xã hội, chứ không phải cộng sản và cũng không phải là người đầu tiên đưa chủ nghĩa xã hội vào Việt Nam! Người ta đang gia công để biến màu lãnh tụ cho phù hợp từng thời kỳ lịch sử chăng?

Hàn nghiên cứu tiểu sử, thấy tám điểm kiến nghị Véc-xay, bác đòi cho Việt Nam phải có tự do báo chí, tự do hội họp và lập hội. Nhưng bây giờ, trung ương đảng lờ cái khoản đang vi phạm nghiêm trọng đó đi. Thảo nào, cán bộ trung ương không phải báo cáo điển hình về việc học tập làm theo gì sất cả. Đọc báo, xem ti-vi đưa tin, hoặc tường thuật trực tiếp các hội nghị trung ương và các địa phương khác, thấy thành phần báo cáo điển hình cũng giông giống nhau.

Cuộc vận động ấy, đã phong thánh cho lãnh tụ Hồ Chí Minh, biến chủ nghĩa Mác - Lê-nin thành tôn giáo và cán bộ, đảng viên, nhân dân trở thành tín đồ, chỉ biết phụng sự đảng và bác Hồ trên hết mọi sự. Nhưng cái quan trọng nhất là phải thảo luận xem, con đường bác chọn cho dân tộc, trải qua hơn tám mươi năm, xem đã đúng chưa và bây giờ còn phù hợp không? Nhưng vấn đề cốt lõi đó đã bị bỏ qua. Vào năm 1924, bác đến Mát-xcơ-va, đọc luận cương Lê-nin, về nông dân và quyết định đi theo chủ nghĩa Mác - Lê-nin. Nhưng nền tảng lý luận này đã sụp đổ trên chính quê hương của nó, thế mà bây giờ, ta vẫn phải tụng niệm mãi ư? Tại sao không đủ sáng suốt và bản lĩnh đưa tất cả vào bảo tàng, đánh dấu một thời bi hùng của dân tộc, rồi mạnh dạn nhìn ra thế giới, lựa chọn một con đường sáng sủa, thiết thực, đưa dân tộc lên cao vọng? Phải chăng, chúng ta đang thiếu một lãnh tụ anh minh dẫn đường chỉ lối, đưa dân tộc thoát ra khỏi ngõ cụt, mà không xảy ra cảnh đầu rơi, máu chảy?

Bản dự thảo trung cầu dân ý, lại không cho động chạm đến vấn đề sống còn này, chỉ trưng cầu những thứ vặt vãnh, để gọi là có dân chủ mà thôi. Đất nước như thể một đoàn tàu chợ, bìu díu nhau chạy loanh quanh lúc tiến, lúc lùi trên đường cụt. Trưởng tàu muốn dừng chỗ nào, bao lâu tùy ý.

Chuyến xe lửa đi Vinh, đang chạy, bỗng dưng dừng lại giữa đường. Mấy ông nông dân lao cột nhà vào toa. Hành khách la ó phản đối. Một ông đen sắt, phân bua: "Tui phải dỡ cột nhà mang bán, lấy tiền mua gạo đó". Hành khách đang căm phẫn, bỗng đờ cả ra, sững sờ. Chạy một đoạn, lại dừng, hỏi ra mới biết, trưởng tàu cho người nhà quá giang. Một mình một đường, tự tung tự tác. Có ai đó cất tiếng hát: "Con tàu Việt Nam đi suốt bốn mùa vui"[16], khiến tất cả hành khách trong toa cùng cười rỡ lên, vui vẻ cả.

*

Năm nọ, ở Việt Bắc, có một anh chàng người Mông, mới ba mươi tuổi, văn hóa lớp một, tự xưng vua Vàng Chứ, khiến ai nấy ngỡ ngàng. Kỳ thực, anh ta nghe đài FEBC, rồi học mót giáo lý mà tuyên truyền trong đồng bào người Mông. Nhưng cái mẹo của anh ta mới hay, kết hợp giữa giáo lý Tin Lành với truyền thuyết dân tộc Mông: Giê-su hòa đồng với Vàng Chứ, Ma-ri-a trở thành Máy Lìa. Anh ta cũng nhái bài hát ca ngợi mình, như kiểu lãnh tụ ca: "Từ rừng núi này Người đã ra đi…"[17]. Dân Mông đang đói khổ, lại khủng hoảng lòng tin, thấy cái mới lạ, hợp với bụng mình, mà chẳng tốn kém là bao, lập tức đổ theo hàng mấy ngàn người.

Cán bộ tra hỏi mấy người Mông đang hát ông ổng, tại sao lại lấy bài hát ca ngợi bác Hồ mà làm hài hát ca ngợi anh ta? Họ hồn nhiên trả lời, ngày trước, bác Hồ đi tìm đường cứu nước, thì bây giờ, người Mông cũng đi tìm đường cứu dân tộc mình! Người Mông khắp nơi, còn đóng góp cơ man nào là tiền, gà, gạo, rượu, thịt, bánh, kẹo. Nhưng khi bắt anh ta đem ra xử, không dám tuyên tội theo đạo Tin Lành, mà phải biến thành tội lừa đảo lấy tiền của dân, làm như thế mới không thất chính trị!

Đạo Tin Lành theo làn sóng phát thanh, từ trên trời rơi xuống, qua cái mồm của anh ta mà loan khắp vùng người Mông, từ Việt Bắc cho đến Tây Bắc, tính ra, phải già nửa dân số dân tộc Mông tin theo, thật kinh hoàng. Ai cũng có quyền tự cứu mình, lại cứu cả dân tộc mình, đất nước mình nữa thì thật là tâm huyết. Cán bộ nghe chuyện đó, cho là sự giễu cợt, còn dân Mông lại lại thành tâm. Hàn so sánh, thấy có sự tương đồng và khác biệt: bác Hồ đi tìm đường cứu nước, mang về chủ thuyết Mác - Lê-nin, còn anh ta tìm đường lên nước Chúa. Kết cục ra sao? Con đường chủ nghĩa xã hội thật hoành tráng, nhưng cuối cùng lao vào ngõ cụt; còn đường lên thiên đàng thì ngày càng rộng mở, từ chỗ cấm đoán, nay phải chấp thuận, tuy vẫn theo dõi kiềm chế.

Thế thì, cái nào phù hợp thực tế khách quan, mang thông điệp thời đại, cái nào khiên cưỡng, ảo tưởng? Mai sau, cái nào diệt vong, cái nào phát triển? Không phải câu chuyện, cứ cái đông, cái mạnh, đùng đùng đoàng đoàng mà đã nên; cũng không phải cái vừa yếu, vừa ít mà đã kém. Một sự đảo lộn đang diễn ra trong tư duy và thực tiễn. Một thời cuộc đầy xáo trộn, mà có khi, ở trong cuộc cứ tưởng chuyện đùa, chuyện không đâu, bỏ qua, thậm chí, không nhận ra.

Ra tù, anh ta bỏ trốn, tỉnh chỉ đạo phải truy tìm, nhưng mãi mà không thấy tăm hơi. Bỗng anh ta bắn tin, khi về sẽ rải tiền cho đồng bào. Thoạt nghe, ai cũng nghĩ chuyện bông phèng. Nhưng anh ta mò về thật. Thế là tỉnh cho quản chế tại gia. Cán bộ xuống kiểm tra, thấy đường rừng đi lại khó khăn, bèn cho máy ủi mở đường lớn, trải nhựa hẳn hoi vào tận nơi, xã được kéo đường dây điện, có cả trạm hạ thế, rồi xây trụ sở ủy ban nhân dân xã hai tầng, trường học, bệnh xá cũng khang trang không kém. Cán bộ vui, dân mừng, nhưng quay đi quay lại, chẳng thấy anh ta đâu nữa, lại trốn rồi. Ngẫm ra mới thấy, lời anh ta chí lý thật, cái cơ sở hạ tầng to lớn nhường kia, còn hơn cả rải tiền cho bà con dân bản. Rõ là của người phúc ta.

Tỉnh lại huy động lực lượng truy tìm, nhưng cái cảnh mò kim đáy biển, tìm hổ trong rừng, khó lắm thay. Hàn vui mồm, bảo với tay phó văn phòng: "Không khéo, anh ta về đợt này, được sắc phong tổng giám mục, cai quản cả đám mục sư quản hạt và dân Mông theo Tin Lành khắp vùng này, thì lại phải bảo vệ cũng không biết chừng". Không hiểu tay này ỏn thót với cấp trên thế nào, nhưng từ đó, các hội nghị nhạy cảm chính trị về dân tộc, tôn giáo và các địa bàn có phức tạp về an ninh, trật tự có dân Công giáo, hay dân khiếu kiện, Hàn không được cử đi viết bài nữa.

37.

Đường biên giới quốc gia như một con rắn, trườn qua các biên giới tộc người. Chính cái đường biên giới đầy bất trắc này, gây ra bao cuộc chiến tranh liên miên, nhằm đẩy con rắn nghiệt ngã đó ra xa cho rộng lãnh thổ, thiêu cháy, hoặc chặt đứt nó đi, để thôn tính cả quốc gia láng giềng. Một ông vua khát máu, có thể thôn tính mấy quốc gia, cái sự xâm lược đó, lại được coi là có công mở rộng bờ cõi, được thờ phụng truyền đời. Nước yếu hèn, bị con rắn đó quài vào, khoanh lại, thế là ôi thôi, đất đai ông cha để lại, phút chốc đi đời nhà ma, lòng dân oán giận quân xâm lược ngàn đời. Quốc gia nào cũng cuốc giật vào lòng. Chuyển sang chế độ xã hội chủ nghĩa, ngỡ thế giới đại đồng đến nơi, nhưng sự thôn tính nhau, gây chiến tranh với nhau, chẳng kém gì các chế độ xã hội nguyên thủy, phong kiến, thực dân, đế quốc.

Việt Nam, từng bị con rắn vĩ tuyến 17, cắt làm hai: Việt Nam dân chủ cộng hòa và Việt Nam cộng hòa. Triều Tiên cũng bị con rắn vĩ tuyến 38, cắt thành Cộng hòa dân chủ nhân dân Triều Tiên và Đại Hàn dân quốc. Cả hai, cứ phía bắc, giáp Cộng hòa Nhân dân Trung Hoa là theo cộng sản, còn phía thòi ra biển thì theo tư bản. Một nước chia hai thể chế chính trị, có thể so sánh để thấy sự hơn kém của các chế độ, kẻo bên nào cũng tranh hơn. Mạn bắc, thường bưng bít thông tin, như lá đề che mắt ngựa, chỉ biết tiến thẳng một đường theo lối Liên Xô và Trung Quốc. Không có tự do, dân chủ là dấu hiệu đặc trưng của những chế độ độc tài; trong đó, có xã hội chủ nghĩa. Xã hội thực hiện đồng thời ba cuộc cách mạng: cách mạng quan hệ sản xuất, đưa nông dân, thợ thủ công vào các hợp tác xã, quốc hữu hóa các cơ sở kinh tế của tư bản còn sót lại, lập các nông trường, công trường, nhà máy do nhà nước quản lý và luôn lăm lăm đấu tranh giải phóng miền nam, thống nhất đất nước… Phương nam thì theo chế độ kinh tế thị trường, phát triển tự do, dân chủ và cũng nhăm nhăm bắc tiến. Việt Nam dân chủ cộng hòa giỏi tuyên truyền và tổ chức chiến tranh, nên đã thống nhất được đất nước và tiến lên chủ nghĩa xã hội, nhưng lại vấp phải cuộc chiến tranh với hai nước láng giềng, do các đồng chí lãnh tụ cộng sản Đặng Tiểu Bình và Pôn-pốt lãnh đạo, thế là kiệt quệ.

Bây giờ, nhìn sang Triều Tiên, thấy con rắn vĩ tuyến khó mà nuốt trôi lẫn nhau, nhưng tiềm lực kinh tế, văn hóa, xã hội thì Nam Triều Tiên hơn trội Bắc Triều Tiên. Phía bắc, lo sản xuất vũ khí nguyên tử, tàu ngầm, xe tăng để phòng thủ, nên đói khổ. Nghĩ dại, ở nước ta, bốn mươi năm trước mà không thôn tính được miền Nam, thì cũng giống như vậy thôi.

Sau chiến tranh thế giới lần thứ hai, thành phố Béc-linh bị ba, bốn con rắn xâu xé. Cộng hòa dân chủ Đức xót ruột, khi thấy bốn, năm ngàn dân kiếm cớ lọt sang tư bản, liền đắp con rắn khổng lồ, dài một trăm năm mươi nhăm ki-lô-mét để khoanh riêng cõi biên thùy. Một mặt, vẫn phải tuyên truyền chủ nghĩa xã hội là ưu việt nhất hành tinh, nhưng vẫn phải kèm theo biện pháp ngăn chặn, vì dân cũng lõi đời, thừa biết mấy ông cộng sản nói thế mà không phải thế. Đến cuối thế kỷ hai mươi, bức tường tủi nhục đó bị dỡ bỏ, mà không xảy ra cảnh máu chảy đầu rơi, không như chuyện chiến tranh giải phóng châu Âu và Béc-lin, cách đây hơn nửa thế kỷ. Về sau, người ta mới biết công ấy thuộc về Goóc-ba-chốp, một thầy phù thủy cao tay ấn, được trao giải Nô-ben hòa bình.

Những người cộng sản căm giận Goóc-ba-chốp, cho là sự phản bội. Nhưng rõ ràng, ông ta đã góp phần quan trọng đưa nửa nhân loại trở về với "cái máng lợn vỡ", thuở ban đầu, để tiến theo con đường tư bản.

Có điều lạ, cho đến bây giờ, dân Bắc Triều Tiên vẫn còn tưởng Bắc Việt Nam đang đánh Mỹ ở miền Nam Việt Nam, mặc dù chiến tranh đã kết thúc ngót bốn chục năm rồi! Thời đại bùng nổ thông tin, thế mà sao mấy chục triệu người vẫn sống trong ốc đảo, tựa hồ như cái chum, không biết gì thế giới bên ngoài, chỉ biết trên đời này có mỗi lãnh tụ của mình là thiên tài, mỗi đảng mình là sáng suốt nhất thế giới.

Cu Ba anh em cùng chiến tuyến của Việt Nam. Xem truyền hình, thấy Phi-đen Cát-xtơ-rô, mặc bộ quân phục màu ô-liu, vung tay hùng biện trên diễn đàn, dưới quảng trường, có hàng vạn người nghe, không biết ông nói gì mà thu hút vậy? Liệu có phải cái cảnh ép người đi xem như trong cái chuyện Tinh thần thể dục, thời xưa của nhà văn Nguyễn Công Hoan đã viết hay không? Nhưng nghe nói, bây giờ cũng bắt đầu mở chợ bán hàng, dùng trâu bò cày kéo thay máy móc cho đỡ tốn xăng dầu và người dân cũng đã được dùng điện thoại… Thế là tư bản đã thò được cái chân vào chủ nghĩa xã hội cổ điển rồi. Từ chỗ cấm buôn bán, theo luận thuyết của chủ nghĩa Mác - Lê-nin, thì nay đã mở chợ, mở ra tương lai một nền kinh tế thị trường, như kiểu Việt Nam là không xa, nhưng không biết có thêm cái đuôi "định hướng xã hội chủ nghĩa" vào không?

Hàn đọc lại Tuyên ngôn cộng sản, thấy Mác, Ăng-ghen nêu rõ: "Xóa bỏ chế độ tư hữu" và phê phán kiểu buôn bán cắm sừng của tư bản! Rõ ràng, đó là bản chất chế độ xã hội chủ nghĩa, chứ không phải câu chuyện xây dựng mô hình không phù hợp.

Khiếp thật, một người đề ra chủ thuyết, triệu người theo, kéo nhau vào ngõ cụt, rồi đồng chí chia phe phái choảng nhau chí tử, mà vẫn bảo là thiên đường trên mặt đất. Ở vùng tây bắc, đồng bào thiểu số nghe theo bọn xưng vua, tuyên truyền nhảm, tập bay để đến nơi sung sướng, sỏi đá biến thành ngô và nước suối trở thành rượu. Thế mà hết đoàn nọ đến đoàn kia, mặc quần áo mới như đi hội, tập bay, lao từ trên đỉnh núi xuống, chết tan xác hơn ba trăm người. Một đằng, do sai lầm chủ thuyết và một đằng, do lừa đảo, nhưng cũng có bao nhiêu người mê muội tin theo và vui vẻ tự nguyện lãnh hậu quả, bằng hành động ngu trung kinh hoàng đến độ.

May mắn là cuối thế kỷ hai mươi, mọi người đã tỉnh ngộ, bắt tay vào cải tổ và hệ thống xã hội chủ nghĩa sụp đổ. Cải tổ và đổi mới là những kiểu gọi khác nhau, nhưng bản chất nó là cuộc cách mạng. Mục tiêu của nó cùng quay về những giá trị xưa cũ ở cấp độ cao hơn, dưới hình thức mới. Những thứ đó, từng bị chủ nghĩa Mác - Lê-nin bác bỏ. Ban đầu, chủ nghĩa cộng sản chỉ như "bóng ma ám ảnh", rồi nó hiện nguyên hình, mà người ta lại ngỡ siêu nhân giải thoát loài người. Nhưng cuối cùng, nó lại trở về với cái "bóng ma ám ảnh".

Tâm lý vấn vương chế độ xã hội chủ nghĩa của cán bộ lão thành, từng hy sinh phấn đấu vì lý tưởng của đảng và hạng người hưởng bổng lộc đặc quyền, đặc lợi. Và điều đó, cũng giống như đám quan lại nuối tiếc chế độ phong kiến vậy. Đó là tâm lý bình thường của con người, gái nhớ chồng cũ biết ngày nào nguôi. Thực tình mà nói, nhiều người xả thân vì chủ nghĩa xã hội, chấp nhận gian khổ hy sinh, mong cho cháu con hưởng tương lai tốt đẹp, thế giới đại đồng, thiên đường trên mặt đất. Họ đâu có ngờ, luận thuyết Mác - Lê-nin sai lầm, nên áp dụng vào thực tiễn gây bao đau thương cho nhân loại, dẫn đến sụp đổ cả hệ thống. Hiển nhiên như vậy, nhưng nếu có ai nói ra điều ấy, thì bị quy ngay là phản động. Nhiều người vẫn còn khăng khăng khẳng định, chủ nghĩa cộng sản là tương lai của loài người. Ngộ thế, giống như câu chuyện Ông vua cởi truồng. Nhưng không chỉ có ông vua tin là mình đang mặc bộ quần áo sang trong nhất, mà nhiều người cũng có niềm tin như ông vua kia. Chỉ có Trẻ-con-trí-thức là nhìn thấy sự trần truồng ấy, trước nhất. Do vậy, trí thức luôn bị cương tỏa bởi Vua-đảng-cầm-quyền.

38.

Hàn giật mình, khi xem tài liệu thống kê các khoản nợ nước ngoài của chính phủ. Thì ra, phần lớn những công trình đều từ nguồn vay vốn ODA[18] của các nước tư bản: Mỹ, Nhật, Pháp Anh, Đức, Hà Lan, Thụy Điển… Sau hai mươi lăm năm đến bốn mươi năm, đời cái con, cháu, chắt oằn lưng mà trả nợ.

Ừ, Hàn ngẫm từ tỉnh mình, chỗ nào cũng xây dựng như công trường cả, tốn bạc tỷ, lấy đâu ra, trong khi phần lớn nguồn ngân sách cũng phải do trung ương hỗ trợ. Cứ bảo rừng vàng, biển bạc, nhưng đếm cây trong rừng, tính quặng trong lòng đất, thì khác nào chỉ lấy số liệu làm đẹp các hội nghị mà thôi. Hàn nhớ, có lần họp hội đồng khoa học tỉnh, tư vấn phát triển kinh tế xã hội địa phương. Các chuyên gia kinh tế trung ương lên tính GDP[19], thu nhập bình quân đầu người chỉ có hai trăm đô-la. Tỉnh ủy la lên, sao thấp quá, trong khi báo cáo giữa nhiệm kỳ của cấp ủy đang đánh giá tăng trưởng vượt cùng kỳ năm ngoái? Thế là phải tính lại, công bố số liệu mới, cao gấp đôi, khiến ai nấy đều hỉ hả, có thế chứ!

Hồi chiến tranh, hễ cứ nghe đài đưa tin, ông bộ trưởng ngoại giao cắp cặp đi Liên Xô, Trung Quốc là dân đã mừng rồi, biết là sắp có gạo Trung Quốc, mì Liên Xô sẽ viện trợ không hoàn lại. Gạo Trung Quốc còn thơm mùi bao tải đay, nấu đầy xoong đuya-ra, ăn với nước mắm loại một, có mà thủng nồi trôi rế. Mì Liên Xô trắng mịn, mát tay, nhào bột rồi lót lá chuối mà rán, không cần mỡ. Nhưng đấy là hồi chiến tranh, có cái lý: "Ta vì ta ba chục triệu người, cũng vì ba ngàn triệu trên đời"[20]. Ta đứng trên tuyến đầu đánh Mỹ, thì cả phe chủ nghĩa xã hội phải viện trợ chứ. Nghe cái mẹo trốn nợ mà cảm thấy tự hào thay dân tộc anh hùng. Bây giờ, không thể láu cá xù nợ được nữa, nhưng ai sẽ trả, nếu không phải là các cháu yêu quý? Có điều gì đó rất kỳ quặc, gây bất ổn quốc gia, tại sao tổng bí thư lại đi ký với Trung Quốc về việc bán quặng thô bô-xít, cứ như cái anh chủ doanh nghiệp? Thế mà mười năm sau mới thông qua quốc hội cho phải phép. Nhưng trung ương đảng không lường trước được vấn đề, cứ ngỡ như thời xã hội chủ nghĩa cổ điển, dân bảo sao nghe vậy. Bây giờ, thời đại khác rồi, bùng nổ thông tin khắp thế giới, mạng in-tơ-nét cập nhật, dân chủ đang vùng lên, luật gia kiện cả thủ tướng ký quyết định sai về dự án bô-xít Tây Nguyên. Tòa án không dám ho he, đứng về phía công lý thì đảng và thủ tướng cho về chầu ông vải, mà bênh thủ tướng chẳng hóa ra luật rừng, thôi thì cũng đành biến báo cho phải đạo vậy.

Không biết ăn phải bùa bả gì, mà trung ương và chính phủ, bên ngoài thuần phục Trung Quốc, bên trong đàn áp dân khiếu kiện, cánh báo chí, luật gia, Công giáo, văn nghệ sỹ và trí thức cấp tiến? Nếu không tỉnh ngộ, thì một cuộc nổi dậy là không tránh khỏi. Một cuộc cách mạng màu, hay huyết chiến? Và bất kỳ một cuộc chiến nổ ra dưới hình thức nào, thì Trung Quốc cũng sẽ nhanh tay phỗng nốt các quần đảo Trường Sa, như đã làm với Hoàng Sa. Liệu có phải là di họa từ hội nghị Thành Đô năm ấy???

Có lúc, Hàn cũng thấy mình có vẻ như quá khích, dẫn đến thái quá, rồi chán trường, đến nỗi, mỗi khi có lãnh tụ xuất hiện trên màn hình là tắt ti-vi. Tâm lý này không riêng gì Hàn, mà cả đám "bốn trong một" cũng thế nốt. Tay phó văn phòng nhắc nhở, có hiện tượng một số người chê bai lãnh tụ, mắc phải bả dân chủ tư sản, tự do quá trớn. Đó là âm mưu "diễn biến hòa bình" của Mỹ. Thậm chí, có người không thường xuyên tự tu, tự rèn, còn "tự diễn biến hòa bình". Một khi phóng viên, nhà văn, nhà thơ mà thoát ly sự lãnh đạo toàn diện, tuyệt đối của đảng, thì coi như bị loại ra khỏi biên chế, nếu không, sẽ reo rắc nọc độc trong bạn đọc và nhân dân.

Bị giội nước lạnh, bọn "bốn trong một" tỉnh đòn.

39.

Tại sao không cho ra báo tư nhân? Vì kiên quyết không chấp nhận báo chí tư nhân, hoặc là đổ cho pháp luật chưa hoàn chỉnh, dân trí thấp, phóng viên chưa chuyên nghiệp, thế thôi! Một sự cù nhầy, đánh bùn sang ao. Trong nghề, Hàn biết, khi phải trả lời vòng vo, dùng cái này giải thích cái nọ, loanh quanh để chuồn ra khỏi trận đồ bát quái. Tự do ngôn luận là vấn đề đương nhiên phải có của xã hội loài người văn minh, đã được ghi vào tuyên ngôn quốc tế nhân quyền của Liên Hợp Quốc. Chuyện bưng bít thông tin chỉ còn tồn tại trong các chế độ độc tài. Thây kệ, Hàn tặc lưỡi.

Tin, bài đã khoán rồi, không viết, không chụp thêm thì lấy gì mà tiêu, mà muốn có tiền thì tin, bài, ảnh phải được đăng, mà muốn được đăng thì chỉ có cách viết theo chỉ thị. Xác định, chấp nhận hoàn cảnh, Hàn lao vào viết như điên, được khen là tích cực và nhuận bút cũng kiếm được dăm, bảy triệu đồng. Đằng thằng ra, lương tháng cũng được vài, ba triệu mà thôi. Thân phận bồi bút, nhưng lại ra oai, tự huyễn hoặc là "chiến sỹ trên mặt trận văn hóa, tư tưởng". Chiến sỹ gì mà không dám nói lên sự bất công trong xã hội, cái nghèo khổ không đáng phải chịu đựng của nhân dân.

Hàn sắm được cái máy ảnh kỹ thuật số và máy tính xách tay, vừa sang trọng lại vừa tiện lợi. Hằng ngày, mầy mò đặt hộp thư điện tử và mở bờ-lốc trên mạng, nên khi viết xong tin, bài, ảnh là truyền ngay về tòa soạn của mình và các toàn soạn thân quen khác, để anh em người ta giúp đăng cho, giàu vì bạn là cái sự vậy. Hàn đưa tin tươi, ảnh màu, các báo ra ngay, sốt dẻo thu hút độc giả. Ảnh thì chụp các cô gái dân tộc thiểu số, váy áo sặc sỡ đang đọc báo đảng. Sưu tầm vốn văn hóa dân gian trong vùng đồng bào, gửi các chuyên mục văn hóa các báo trung ương. Chịu khó về các vùng nông thôn, vớ được cái máy cày trên đồng thì ngang vớ được vàng, có tư liệu viết phóng sự về nông thôn trong quá trình công nghiệp hóa, hiện đại hóa. Đi nhiều, viết nhiều, chụp nhiều, khiến đầu óc Hàn trở nên tinh nhạy, cứ như lúc nào cũng giương cần ăng-ten, xoay ra-đa mà bắt mục tiêu.

Chưa bao giờ, cuộc sống của Hàn vừa tất bật, lại vừa phởn phơ như dạo này. Lạch tạch láp-tốp[(21)], loe lóe máy ảnh, vè vè xe máy. A, có khi sắm ô-tô được rồi, vài ba trăm triệu là có ngay một cái xe ô-tô tươm tươm. Thân thể Hàn có vẻ đẫy ra, tóc mượt, da hồng, dáng đi khụng khiệng, đầy vẻ phong độ. Cánh phóng viên tếu táo phỉnh thối: "Nom cứ như phó văn phòng". Hàn vô tâm, không để ý, nhưng đó là cái mầm tai họa.

Phó văn phòng hội xuất thân từ anh lính hậu cần, rồi leo dần lên chức chủ nhiệm liên hiệp các hợp tác xã, và đang lăm le ngự đỉnh văn chương, báo chí. Cái việc Hàn vô tình chuyển bài thơ con cóc cho báo, được coi là có công môi giới, nên hắn gọi là cánh tay phải, nhưng vừa dùng vừa nghi, không dùng thì công việc bê chễ, mà tin cậy quá lại sợ có ngày bị đảo chính như bỡn. Bây giờ, Hàn lồ lộ, rõ là rế cao hơn nồi rồi. Có phải vì thế, mà nhân cuộc rượu, nửa tỉnh nửa say, hắn hắt cốc nước, dằn mặt?

Bỏng rát như bị quất roi vào mặt. Cảm giác bẽ bàng, tủi nhục, uất hận, không kiềm chế được, khiến Hàn tức thì phụt vào mặt hắn một tràng đạn, bằng lời chửi rủa thô tục như bắn liên thanh. Nhưng loạt đạn đó không làm hắn gục, mà xạ thủ lại bị bắn hạ. Không biết Giê-su thọ nạn trên cây thánh giá đau đớn nhường nào, nhưng lần đầu tiên trong đời, Hàn cảm giác bị đóng đinh câu rút, làm cho sống dở, chết dở.

40.

Hàn lấy chồng bản thảo các bài báo ra, xem khả dĩ có chọn ra được một tập bút ký để xin tài trợ sáng tác hay không? Lựa lên, lọc xuống mãi, cũng không đủ chục bài ký có hơi hướng văn học cho ra hồn, toàn những sự việc và số liệu. Mình tự đọc, còn cảm thấy khô khốc, thì người khác làm sao đọc nổi. Những bài báo thì toàn gương người tốt, việc tốt, chỉ hợp với báo, nếu in thành sách thì ai ỏ ê, vì cái sự lên gân, tô son trát phấn cho mấy anh vụng đường tu. Thành tích cũng có một bát, nhưng thêm dấm, ớt, rau, măng vào, bày thành một mâm. Nếu không có tên người, tên làng thì khó mà nhận ra. Toàn cứ phải tán vống lên để có phong trào. Ao cá cũng thu mỗi năm hàng trăm triệu đồng, như thể cá bạc. Vườn rừng cũng thu mỗi năm hàng mấy trăm triệu đồng, có mà rừng vàng. Lại còn thành tích tạo công ăn việc làm cho bà con quanh vùng, chẳng qua là mấy người hàng xóm đỡ vực, kiếm đồng đi mừng đám cưới, phúng đám ma.

Ảnh cũng chẳng chọn nổi một tập thời sự hay anbum nghệ thuật. Các bài thơ không thể đứng chung trong một tập. Mà thơ bây giờ, người ta đang tiếp cận thế giới rồi, mình vẫn một giọng ngâm ngợi đảng quang vinh, bác Hồ vĩ đại, rồi ca bài hào quang chiến tranh, chẳng dám nói thế thái nhân tình, thế thì ai đọc. Có liều mà in ra thì cũng phải bỏ tiền túi, rồi ế chỏng, tặng cũng không đắt.

Từ đinh câu rút, rơi bộp xuống mặt đất, Hàn mới ngơ ngác nhìn lại thành tựu thời hoàng kim, thấy một mớ số không tròn, méo. Hốt hoảng, Hàn lục lại mấy bài thơ, mấy cái truyện ngắn thuở hàn vi. Ồ, được đấy chứ, nhưng viết hơi cổ, y như giọng Nam Cao, Nguyễn Công Hoan của thời đầu thế kỷ trước rồi. Chán, buồn khiến Hàn hẫng hụt đến độ hoang mang, y như gã lái buôn lỗ vốn. Bao Ngựa trắng rỗng ruột bao nhiêu, thì cái gạt tàn hoa đào lại đầy thêm bấy nhiêu. Căn phòng tỏa khói như sương mù, đặc quánh mùi thuốc lá. Hàn lôi chai rượu, uống suông mãi mà không say. Rượu tan vào nỗi buồn chán sao? Hàn ngả lưng xuống đi-văng và thiếp đi trong nỗi ê chề.

Trong cơn mộng mị, Hàn thấy ông Giê-su, Tất Đạt Đa đang ngồi đàm đạo với một ông tiên. Thấy Hàn có vẻ phân vân, Giê-su liền trỏ ông tiên giới thiệu, đó là thần Văn Chương. Thần Văn Chương chống cái gậy như bút lông dựng ngược, đầu đội mũ như cái nghiên mực, nom ngồ ngộ, nhưng toát ra vẻ thanh tao, gần gũi. Tất Đạt Đa trỏ Hàn, ghé tai nói nhỏ với thần Văn Chương điều gì đó…

Đột nhiên, cánh cửa phòng bật tung ra, Thiên Đàng lao vào, hoảng hốt lay gọi. Hàn lờ đờ tỉnh lại. Thiên Đàng ho sặc sụa, phẩy phẩy tay: “Khiếp, cứ như hun chuột. Em qua nhà, thấy cửa đóng im ỉm, hỏi hàng phố mới biết, anh đóng cửa ở lỳ trong phòng cả ngày rồi.

Ngước lên tầng hai, thấy có khói bay ra, em tá hỏa, đạp cửa xông vào". Hàn nghe mà như không nghe, lừ đừ ngồi dậy, người đau mỏi. Thiên Đàng dọn dẹp tàn thuốc và nhìn vỏ chai rượu cạn khô mà lè lưỡi kinh sợ. Nhưng nàng ý tứ, không động gì đến mớ bản thảo và ảnh ngổn ngang khắp phòng. Đoạn, nàng lấy khăn ướt trong túi xách, nhẹ nhàng lau mặt cho Hàn, như người mẹ chăm con lúc trái gió trở trời.

"- Anh muốn em".

Nàng giật mình như chạm phải lửa, vội lùi ra:

"- Em về".

Nàng toan đứng dậy, nhưng nhìn ánh mắt cầu khẩn của Hàn, mà dùng dằng không nỡ cất bước.

"- Anh muốn..."

"- Anh vẫn còn say à?"

Bỗng nàng đổi ý, âu yếm ôm Hàn vào lòng, như gà mẹ ấp con.

"- Anh mới nằm mơ thấy Chúa".

Nàng trố mắt ngạc nhiên:

"- Mơ giữa ban ngày?"

"- Chúa phán, trên thế gian này, ta chỉ ban cho một Thiên Đàng".

Nàng cười khúc khích, hai bầu vú rung lên trước mũi Hàn.

"- Nhà văn có khác, cứ y như thật. Em mà là con ngốc, thì nộp mạng có ngày".

"- À, anh cũng mơ thấy thần…".

Hàn toan kể chuyện gặp thần Văn Chương, nhưng vội nín thinh. Thiên Đàng thì vẫn tưởng Hàn đang khuếch khoác cho xôm trò. Hàn cảm thấy gáy mình ấm nóng, ngước nhìn lên, thấy mặt Thiên Đàng đỏ lựng mào gà, ánh mắt long long, lông mày ướt dựng ngược và bầu vú cũng chổng lên. Đũng quần căng cứng, Hàn nâng khóa thắt lưng và mở phác-mơ-tuya. Thiên Đàng đờ đẫn nhìn theo, cánh mũi phập phồng và đôi môi đồng trinh hé nở…

41.

Mỗi người, tùy theo cách hiểu của mình, có thể kể ra hàng loạt các vụ bê bối. Tổng hợp lại, không bút giấy nào tả xiết. Không thể có giải pháp, hoặc nhóm giải pháp nào có thể giải quyết được trọn vẹn tình trạng xã hội hiện thời. Muốn vậy, chỉ có một cách duy nhất là thay đổi từ thượng đỉnh, như các nước Đông Âu và Liên Xô, quê hương của Mác, Lê-nin và học thuyết chủ nghĩa xã hội đã đi tiên phong. Như một ngôi nhà mục nát, không thể thay tháo, hoặc chằng chống, mà chỉ có thể dỡ đi, tận dụng vật liệu cũ có thể dùng được và bổ sung vật liệu để làm một ngôi nhà mới theo kỹ thuật thế giới, mang phong cách Việt Nam. Đó là một giải pháp êm gọn, không kéo dài sự đau khổ cho dân tộc.

Cách làm có thể khác, không theo kiểu Đông Âu và Liên Xô, ụp một cái là xong được. Dân ta, tâm lý, tính cách khác, trọng lẽ phải nhưng nặng về tình, nên việc gì cũng cần có lý có tình.

Do đó, có thể đưa ra giải pháp:

Một là, xóa bỏ nhà nước độc tài, toàn trị. Các chính đảng phải đăng ký hoạt động và cùng tham gia lãnh đạo đất nước.

Hai là, các lực lượng: quân đội, công an, tòa án, báo chí, văn chương... không thuộc riêng về một đảng phái nào lãnh đạo, mà do nhà nước quản lý.

Ba là, đổi tên nước Cộng hòa Việt Nam. Thành lập năm khu tự trị ở Việt Bắc, Tây Bắc, Tây Nguyên, Chăm, Khơ-me Nam Bộ. Mỗi miền và mỗi khu tự trị có chế độ đặc thù, nhằm phát huy tối đa tiềm lực và đảm bảo cao nhất quyền con người. Tất cả các miền và khu tự trị đều trực thuộc trung ương, hình thành một nhà nước liên bang.

Bốn là, hiến pháp năm 1946, thực tế chỉ là để làm cảnh. Tinh thần của nó là tiên tiến, ăn nhập với thế giới tự do, để thu hút được đông đảo nhân sỹ, trí thức và các tầng lớp nhân dân đi theo kháng chiến, giành chính quyền; nhưng đến thời kỳ xây dựng xã hội chủ nghĩa, thì không thể thực hiện được. Bởi vì, nếu hiến pháp ấy thực thi, thì đảng cộng sản mất vai trò độc quyền lãnh đạo. Những hiến pháp sau này, đều do đảng cộng sản chỉ đạo làm ra, bảo vệ nhà nước của đảng, do đảng, vì đảng tối cao. Do vậy, phải khẩn trương xây dựng hiến pháp mới, đặng bảo vệ nhà nước của dân, do dân, vì dân.

Năm là, dứt khoát đưa xã hội Xã hội chủ nghĩa vào bảo tàng, để dân tộc đi theo con đường tự do, dân chủ của nhân loại.

Trên cơ sở đó, quốc hội sẽ có thực quyền, quyết định những vấn đề trọng đại của đất nước. Nhân dân có quyền phúc quyết hiến pháp. Mọi người dân có quyền tự do về tư tưởng, tôn giáo, khoa học, báo chí, văn học, nghệ thuật, xuất bản, kinh doanh... Con người được tôn trọng, hợp sức chung lòng xây dựng đất nước phồn vinh. Một xã hội mới, xứng đáng với bao máu xương của cha ông đã đổ xuống.

Hàn trằn mình ra, viết kiến nghị. Năm điểm trong bản kiến nghị, chỉ cô đọng trong phần tư trang giấy, nhưng có thể diễn dải ra hàng trăm, hàng ngàn trang, về các vấn đề đối nội, đối ngoại, phát triển kinh tế, văn hóa, xã hội, lực lượng vũ trang và vấn đề chống cát cứ, chống ly khai, vân vân. Một bản kiến nghị bằng trăm vạn quân. Lòng Hàn lâng lâng, mơ đến một xã hội công bằng, dân chủ, văn minh.

Ở cái nước mình cũng lạ, thời Pháp đô hộ, chia ba kỳ: Bắc kỳ, Trung kỳ, Nam kỳ. Sự phân chia địa giới hành chính của Pháp về kỳ, tỉnh, huyện, xã hợp lý đến độ chuẩn mực. Thời xã hội chủ nghĩa thống nhất đất nước, vẫn có đại diện các cơ quan ở ba miền: miền Bắc, miền Trung, miền Nam. Có thời gian, các tỉnh hợp nhất để tiến hành công cuộc sản xuất lớn xã hội chủ nghĩa, rồi cuối cùng, lại phải tách ra như cũ. Cái vòng luẩn quẩn, kết quả của sự duy ý chí.

Chọn ngày đường phong, giờ tốc hỷ, Hàn hăm hở ra bưu điện, gửi kiến nghị qua dịch vụ chuyển phát nhanh EMS(22). Cầm ba tờ biên lai, Hàn huýt sáo vang lừng trên phố. Trời như cao xanh hơn, gió như mát và lộng hơn, gương mặt ai nấy cũng tươi như những đóa hoa.

42.

Khi trở lại cuộc sống trần trụi, Hàn mới thấu nỗi cô đơn và cái hạt văn chương đã nẩy mầm ngày xưa, nay lại có cơ hội đâm chồi nảy lộc. Có thần Văn Chương phù hộ, lại được Thiên Đàng mở cửa đồng trinh, Hàn cảm thấy như bước vào một cuộc đời mới, ngoặt về hướng mặt trời.

Đến cơ quan, Hàn vẫn làm nhiệm vụ của anh phóng viên và nhà thơ, kiêm chụp ảnh, nhưng chỉ làm đủ chỉ tiêu tin, bài, ảnh, còn lại thời gian, dồn sức đọc sách và buổi tối những ngày nghỉ cuối tuần, thì tập trung viết truyện ngắn. Hàn nhớ lõm bõm, có cái ông nhà văn Pháp nào đó, từng viết: cứ buổi sáng, khi nông dân dắt ngựa ra đồng cày ruộng, thì tôi ngồi vào bàn viết. Cuối vụ, người nông dân thu hoạch, thì tôi mang bản thảo đến nhà xuất bản. Đại khái thế. Thì ra, có chút khiếu văn chương rồi, phải lấy chuyên cần làm trọng. Chịu khó chịu khổ thì Hàn thừa nghị lực, chỉ có điều thiếu cảm hứng. Cứ ngồi vào bàn cái đã, chọn giấy trắng khổ A4 và cái bút bi xanh. Ngồi một lúc, thấy bứt dứt, bỏ đi tắm gội. Xà phòng Fa, dầu gội Ri-joi, Hàn kỳ cọ từ chân tóc, tới vành tai, hốc nách cho tới ngón chân. Lâu rồi, mình chỉ rửa bàn chân, chứ không chăm chút ngón chân. Thế mà cả mười đầu ngón chân vẫn không phật ý, vẫn bấm xuống mũi giày, để đôi chân cất bước đường trường. Ôi, còn bao vùng, ngay trên cơ thể mà chưa khám phá.

Và, sảng khoái, Hàn lại ngồi vào bàn. Chợt nhớ đến cốc nước hắt vào mặt, Hàn đùng đùng nổi giận, trút uất hận vào ngòi bút. Viết tưng bừng độ nửa trang, nhuệ khí giảm dần, thấy chán, xé bỏ. Văn chương công phá cái ác, nhưng ngòi bút nhà văn không thể ác được. Hàn thừ cả người, hút thuốc và nhớ tới Thiên Đàng.

Cảm giác Thiên Đàng.

Cảm nhận Thiên Đàng.

Tình cảm Thiên Đàng...

Nàng đến với ta, lúc bế tắc và dịu dàng khơi mạch sống. Bất giác, Hàn tô đậm dòng chữ "Thiên Đàng". Bắt đầu từ đâu? Từ cuộc gặp định mệnh hỏi đường lên trên nhà thờ, hoặc từ con bông, hay từ cảm giác ấm nóng sau gáy? Thế rồi, Thiên Đàng hiện dần lên trang giấy. Phải, từ xưa tới nay, những câu chuyện tình luôn hấp dẫn người đọc và tồn tại từ đời này qua đời khác. Bởi nó được viết bằng sức nặng của trái tim và nỗi đau nhân thế. Thiên Đàng hiện lên như một thiên thần, như một con ma và lại là cô gái đồng trinh. Tại sao, Thiên Đàng lại cho rằng, Hàn phiêu lưu và viển vông?

"- Anh có yêu em thật lòng không?"

"- Chẳng lẽ, chưa đủ chứng minh?"

"- Nếu có người khác hơn anh, mà cũng yêu em thật lòng, liệu anh có nhường không?"

"- Không đời nào, nhưng cơ bản là ở như em quyết định".

"- Đấy, điều tự nhiên của con người là như vậy đấy, huống chi lại là tổ chức chính trị-xã hội, ai chịu nhường quyền lãnh đạo?".

Hàn ngớ ra, hồi lâu mới vớt vát:

"- Nhưng, nếu tổ chức ấy thực sự vì nhân dân, chứ không chỉ vì chủ thuyết".

Thiên Đàng thở dài và cả hai cùng im lặng.

43.

Chập tối, Hàn được chuyển đến một ngôi nhà bí mật, tọa lạc ngay trong lòng thị xã.

Thường ngày qua đây, Hàn cứ ngỡ là biệt thự của tay chọc phú nào đó. Cửa sắt hoa văn cách điệu, im ỉm đóng suốt ngày. Con chó béc-giê to như con bê, chồm hỗm ngồi bên cửa gườm gườm nhìn khách qua đường.

Chiếc Crao bóng lộn, chở Hàn đến vào giờ này, cứ như khách quý đến bàn công việc với chủ nhà, rồi cùng ăn tối chẳng hạn, mấy ai để ý, mà có để ý cũng khó nhận ra, vì kính xe đen và cổng chỉ mở khi xe đã trờ sát, khi lọt vào thì khép lại luôn. Xe chạy thẳng theo đường dẫn vào sát cửa nhà, cửa nhà mở ra cùng với cửa xe, sau khi Hàn vào thì cả hai cùng khép lại luôn, y như thể cùng bản lề vậy.

Hàn ở trong phòng riêng, lắp kính mờ và có chấn song sắt trổ hoa văn cách điệu, nom như một hàng cây trúc. Thế mà, bên ngoài còn có lớp cửa chớp và bên trong treo rèm cửa màu xanh đậm.

Hàng ngày, Hàn đọc các loại sách, báo bày sẵn trên giá. Nhìn qua, đảo lại cũng chỉ có các tuyển tập của Mác, Lê-nin, Hồ Chí Minh và tạp chí Cộng sản, báo Nhân

Dân… Những liều thuốc tẩy não này, Hàn đã nghiên cứu từ lâu rồi. Nay ngồi buồn, lật giở xem. Chợt thấy tờ báo đảng bộ tỉnh và cả văn nghệ tỉnh, có bài phê phán tư tưởng tự do kiểu phương Tây, xuất hiện trong một vài trí thức cấp tiến "tự diễn biến" và mấy ý kiến quần chúng "chân gỗ" hùa theo, ám chỉ sát sàn sạt về Hàn, viết tắt là "Nhà văn H.". Hàn cảm thấy công phẫn, khác nào khi bị hắt nước vào mặt. Bọn đê tiện này, chúng chơi đểu cả với đồng chí, đồng nghiệp, hỏi còn trời đất nào nữa. Nhưng, chắc là có sự chỉ đạo từ trên xuống… Hàn thở dài, nhìn ra cửa sổ chấn song sắt, cách điệu kiểu hoa văn.

Mệt nhất là trả lời lục vấn, về việc viết kiến nghị:

"- Là một nhà văn, nhà báo, tại sao anh lại phủ nhận công lao của đảng cộng sản Việt Nam trong hai cuộc kháng chiến thần thánh và sự nghiệp xây dựng chủ nghĩa xã hội tươi đẹp?"

"- Tôi không hề phủ nhận kết quả đó. Mặc dù, mục đích của những người cộng sản đấu tranh cho sự toàn thắng của chủ thuyết trên toàn thế giới, nhưng đã mang lại độc lập vào năm một nghìn chín trăm bốn mươi nhăm và năm một nghìn chín trăm bảy mươi nhăm tái thống nhất đất nước. Hệ quả đó, có thể coi là kỳ tích."

"- Hiển nhiên như thế, sao lại coi là có thể?"

"- Nếu không tái thống nhất đất nước vào thời nay, thì con cháu sẽ quy đất nước về một mối vào đời sau. Thống nhất đất nước mà đi lên chủ nghĩa xã hội đã là sai lầm. Mặc dù, Luận cương chính trị của đảng, năm một nghìn chín trăm ba mươi, chỉ ra đường lối xây dựng chủ nghĩa xã hội không kinh qua giai đoạn tư bản và trong tác phẩm Dưới lá cờ vẻ vang của đảng…, Lê Duẩn khẳng định, độc lập dân tộc gắn liền với chủ nghĩa xã hội. Thực tế cho thấy, đó là sai lầm nghiêm trọng. Nhưng sai lầm hơn là để Trung Quốc thôn tính từng bước cả đất nước. Nếu vẫn chia hai, thì chỉ mất miền Bắc-Việt Nam dân chủ cộng hòa, nhưng vẫn còn miền Nam-Việt Nam cộng hòa."

"- Không bàn chuyện linh tinh ngoài bản kiến nghị. Bây giờ, lại nói về kỳ tích thống nhất đất nước. Nếu không có chủ nghĩa Mác - Lê-nin và tư tưởng Hồ Chí Minh, thì quân và dân ta làm sao có lý tưởng, niềm tin để chiến đấu và chiến thắng hai đế quốc sừng sỏ?"

"- Tinh thần là một sức mạnh to lớn, có khi nó đánh đổ cả sức mạnh vật chất. Nhưng thử hỏi, từ khởi nghĩa chống quân Nam Hán của Hai Bà Trưng, đến nhà Nguyễn mở mang bờ cõi và thống nhất đất nước, từ Mục Nam Quan đến Mũi Cà Mau, lại có cả hai quần đảo Hoàng Sa, Trường Sa nữa, nhưng có vai trò của đảng cộng sản đâu? Tôi nói điều ấy, để thấy rằng, dù đảng cộng sản có vĩ đại đến đâu chăng nữa, thì cũng phải bắt nguồn từ sức mạnh vốn có từ ngàn đời trong lòng dân tộc."

"- Vậy, tại sao anh lại muốn xóa bỏ vai trò lãnh đạo của đảng?"

"- Tôi không hề viết câu nào như thế, hoặc tương tự như thế".

"- Anh đề nghị nhiều đảng phái cùng tham gia lãnh đạo đất nước, tức đa đảng, thì có khác gì?"

"- Việc ấy, không trái hiến pháp".

“- Điều bốn quy định rằng, đảng độc quyền lãnh đạo”.

“- Nhầm, trong bảy mươi hai chữ của điều bốn ấy, không có từ nào nói về sự độc quyền lãnh đạo, mà chỉ nêu rằng, đảng lãnh đạo chính quyền và các tổ chức đoàn thể chính trị, xã hội”.

“- Như thế, suy ra là đảng độc quyền lãnh đạo đất nước, không chia xẻ quyền lực với bất kỳ lực lượng nào khác”.

“- Hiến pháp và luật chỉ có một nghĩa, không được đa nghĩa, không được suy diễn quy kết. Trong hiến pháp, cũng không có điều nào cấm các đảng phái khác thành lập và hoạt động, vì lợi ích quốc gia, dân tộc. Hiến pháp cũng quy định, công dân có quyền tự do ngôn luận, hội họp, lập hội, biểu tình… Nhưng thực tế điều đó, chỉ có trên giấy”.

“- Hiến pháp quy định công dân có các quyền ấy, nhưng còn một vế nữa, rất quan trọng, là hoạt động theo khuôn khổ pháp luật. Hiện nay, do điều kiện chưa ra được luật”.

“- Hiến pháp cũng quy định, đảng hoạt động theo khuôn khổ pháp luật, nhưng chưa có luật về đảng, thế mà đảng vẫn hoạt động rộng khắp, từ trung ương đến địa phương đấy thôi”.

“- Cái này, phải xin ý kiến cấp trên…”.

“- Đó, thể hiện sự độc tài, mình thì mặc sức hoạt động đứng trên cả hiến pháp, pháp luật, nhưng cấm các đảng phái khác; bởi vì, trong tay đảng có công an và tuyên giáo, tòa án và kho bạc… ".

"- Nhưng đảng không có lợi ích nào khác, ngoài lợi ích phục vụ dân tộc".

"- Lợi ích tối cao của đảng cộng sản, là một mình cai trị, hưởng đặc quyền, đặc lợi, từ vấn đề sở hữu toàn dân…". Hàn đang nói, thì bị cướp lời.

"- Sở hữu toàn dân đã được ghi trong Hiến pháp, điều mười bảy".

" - Cái gọi là sở hữu toàn dân, chính là quyền sở hữu của đảng cộng sản. Bởi vì, đảng lãnh đạo toàn diện, tuyệt đối, nên toàn quyền định đoạt."

"- Mọi công dân đều bình đẳng. Cán bộ là công bộc của dân".

"- Trời ơi, các anh có từ trên trời rơi xuống không đấy? Thời bao cấp, cán bộ có chế độ tem phiếu cao hơn. Cán bộ cao cấp còn có cửa hàng phục vụ thực phẩm giành riêng cho mình; có nông trường nuôi bò lấy thịt và sữa giành riêng cho mình; có hợp tác xã nông nghiệp cấy lúa thơm, ngon và dẻo giành riêng cho mình… Lúc mấy ông, mấy bà quan chức sống thì có xe cộ, nhà cửa giành riêng cho mình; ốm đau có bệnh viện cao cấp giành riêng cho mình; chết thì có nơi chôn cất đẹp đẽ, sang trọng giành riêng cho mình… ".

"- Đó là sự đãi ngộ của đảng và nhà nước, về quản lý kinh tế, gọi là phân phối lại".

"- Thế thì ai chẳng muốn làm công bộc, dân thì khổ trăm đường, khác nào đầy tớ của đám công bộ ấy".

Hàn nói câu "đám công bộc ấy", với giọng mỉa mai, khiến cánh kia phải chau mày.

Rồi Hàn bị hỏi về mối quan hệ với, các lực lượng lật đổ ở nước ngoài:

"- Bước nào của cách mạng màu có tính đột phá?"

"- Tôi chỉ nghe đài, xem ti-vi và đọc báo chí Việt Nam, nói về cách mạng màu ở Đông Âu thôi, nên không rõ cụ thể như thế nào".

"- Trên mạng in-tơ-nét cũng có đấy thôi".

"- Thế ạ?"

"- Thì chúng tôi cũng nghe nói thế. Nhưng cái bản kiến nghị của anh, thì khác chi kịch bản cách mạng màu. Anh bàn bạc với những ai?"

"- Tôi cảm thấy bức xúc, muốn tháo gỡ, để chấn hưng đất nước".

"- Tháo gỡ, hay lật đổ?"

"- Chẳng có nội dung nào nói về lật đổ".

"- Anh đề nghị xóa bỏ vai trò lãnh đạo của đảng, chẳng phải lật đổ sao?"

"- Đảng cộng sản vẫn tồn tại chứ. Các anh xem lại".

"- Anh lắm lý, nhưng vải thưa sao che được mắt thánh. Anh còn đề nghị xin gặp tổng bí thư về chuyện gì, ghê nhỉ?"

"- Đó là chuyện về đảng, nếu tổng bí thư đồng ý cho

gặp và mời gặp, tôi sẽ chỉ nói riêng với người có trách nhiệm cao nhất".

"- Không phải chuyện kiến nghị này sao?"

"- Chuyện này thì có gì bí mật, đó là nguyện vọng của đông đảo nhân dân, đang trở nên công khai rồi".

Các câu hỏi xoay quanh về cách mạng màu, lật đổ, xóa bỏ vai trò lãnh đạo của đảng, cứ quanh đi quẩn lại, xoáy vào cân não, khiến Hàn mệt mỏi. May thay, nội dung tâm huyết nhất, cần kiến nghị với tổng bí thư, lại không viết trong bản kiến nghị, thế mà còn bị quy kết như kẻ phản động thế này. Hú vía! Một khi xã hội không có tự do tư tưởng, thì bao ý tưởng canh tân đất nước bị chết yểu. Trong chế độ độc tài, có những nấm mồ tư tưởng, hợp thành nghĩa địa, nhưng khó có thể nhìn thấy được.

Không có người ở cùng phòng để theo dõi, canh giữ, nhưng Hàn thừa biết, quanh phòng gắn đầy ca-mê-ra và máy ghi âm. Nơi đây, không khác gì cái lồng thủy tinh, nhất cử nhất động đều phơi bày trên các màn hình và tai nghe, nhưng Hàn vẫn ung dung như kẻ tắm truồng ban đêm. Những cuốn sách Hàn xem đều được các thiết bị kỹ thuật đánh dấu, các phần đọc đều được ghi lại. Thậm chí, cả nét mặt, ánh mắt, nhịp bước cũng đều bị xét nét, phân tích.

44.

Buổi chiều, Hàn vừa ra bờ hồ công viên uống bia về, lập tức căn nhà bị bao vây, khám xét. Thoạt tiên là sự bất ngờ và sợ hãi, nhưng khi thấy ông tổ trưởng dân phố cũng có mặt để chứng kiến, thì Hàn hiểu là có sự bố trí, chuẩn bị từ lâu rồi. Chuyển từ sợ hãi sang căm phẫn, Hàn bực tức hỏi:

- Tại sao, tôi lại bị khám nhà?

- Bưu điện phát hiện ba bì thư chuyển phát nhanh, nhưng bị nhòe nước, không đọc được địa chỉ nơi nhận. Nên theo nguyên tắc của ngành bưu điện, người ta đã bóc ra để xác định địa chỉ, thì vô tình phát hiện nội dung bản kiến nghị phản động này.

- Biên bản bóc thư của bưu điện đâu?

Mấy người nhìn quanh, vẻ lúng túng, nhưng tay tổ trưởng công tác nhanh trí, biến báo:

- Chuyện giấy tờ thủ tục sẽ tính sau, đâu có đó. Bây giờ, yêu cầu anh tuân thủ để chúng tôi làm nhiệm vụ.

Hình như đã có sự khám xét bí mật từ trước, nên công việc của từng người trong tổ công tác đâu vào đấy cả. Ban đầu, cũng vờ vịt khám xét loanh quanh, qua loa, rồi xác định ngay lập tức các vị trí tài liệu, bản thảo để thu giữ và niêm phong máy tính. Ngoài phố ồn ào, người ta phải tiến hành các biện pháp giải tán đám đông hiếu kỳ, đề phòng biểu tình, hoặc đánh tháo. Các loại phương tiện giao thông ô-tô, xe máy đều được hướng dẫn đi đường khác, vòng tránh.

Hàn giật mình nhớ lại, cái buổi chiều gửi thư xong, huýt sáo vang lừng trở về nhà, với buổi chiều khám xét chỉ có ngày trước ngày sau, thì làm sao thư đã tới thủ đô và quay đầu trong cũng một ngày, với đoạn đường đi và về hơn ba trăm cây số, lại còn làm thủ tục bóc thư, lập biên bản. Như vậy, thư bị bóc trộm và chưa chuyển đi. Tại sao lại bị ướt nhòe? Đó là cái mẹo để hợp lý hóa việc bóc trộm thư, vi phạm quy định về bí mật thư tín của pháp luật.

"- Đây là biên bản bóc thư không rõ địa chỉ của bưu điện".

"- Thôi, không cần. Tôi hiểu thủ đoạn đó rồi".

"- Đề nghị phát ngôn cho đúng. Chúng tôi lập biên bản về việc này".

"- Ok".

Tự nhiên, Hàn cảm thấy thương hại cho những diễn viên không chuyên, đang diễn một vở bất đắc dĩ, không sạch sẽ.

"- Tại sao, một công dân kiến nghị với đảng, nhà nước về những điều tâm huyết với đất nước, lại bị khám xét và bắt bớ, luật pháp nào?"

"- Chúng tôi không bắt, mà chỉ mời. Có ai đọc lệnh bắt đâu? Còn chuyện khám xét thì đã nêu rõ trong biên bản, mà anh cũng đã ký xác nhận rồi".

"- Không bắt ư? Đây không phải là trại giam trá hình sao?"

"- Tùy anh hiểu, nhưng nên xem lại từ điển Tiếng Việt, mục từ nêu khái niệm về trại giam. Nơi này là biệt thự, anh cũng thường qua đây, hiểu rõ quá điều đó rồi".

"- Tôi phản đối".

Thì ra, người ta đã dụng công đến vậy, đã theo dõi mọi hoạt động, quan hệ của Hàn. Cái cảm giác bị theo dõi như một đối tượng chuyên án cũng ám ảnh từ lâu. Nhiều lúc, Hàn cho đó là biểu hiện của trạng thái tâm thần phân liệt mà thôi. Người bị bệnh, có lúc cảm thấy như mũi bị dính cứt gà, có lúc như bị theo dõi, hoang tưởng về mình… Nhưng không ngờ, đó không phải trạng thái bệnh lý, mà sự linh cảm tinh nhạy, trời phú cho văn nghệ sỹ, trí thức.

"- Tôi đề nghị chuyển những bản kiến nghị đó cho trung ương đảng, chính phủ và quốc hội".

"- Anh không có đủ tư cách và cấp trên cũng không cần những tài liệu phản động đó. Đồng bọn các người ở hải ngoại đã gửi về quá nhiều rồi".

"- Tôi là một công dân, có đủ tư cách và trách nhiệm làm việc đó. Tôi phản đối sự xúc phạm và vi phạm các quyền về nơi ở, thư tín và thân thể…"

"- Không có ai vi phạm, tất cả các hoạt động đều

theo quy định của pháp luật, đã nêu rõ trong các biên bản".

"- Nếu những vấn đề của công cuộc đổi mới, không phải do đảng lãnh đạo, thì có bị quy là phản động không?"

"- Anh nói gì, không hiểu?"

"- Những giá trị căn bản của công cuộc đổi mới, đều ngược hẳn với giá trị trước đây. Chẳng hạn, ngày trước cấm buôn bán, thì nay cho phát triển kinh tế thị trường".

"- Anh còn thiếu cái đuôi, phải nói đầy đủ là "theo định hướng xã hội chủ nghĩa".

Mấy tay chợt bụm miệng cười với nhau, coi như đã gắn được "cái đuôi" cho đối tượng cứng đầu cứng cổ. Hàn bực vì chuyện đó thì ít, mà tức cái sự ngu trung thì nhiều. Ôi trời, một sự cuồng tín, những tín đồ của chủ thuyết. Hàn đáp trả:

"- Một khi cái đuôi "định hướng" tự phải đứt, thì nòng nọc xã hội chủ nghĩa lộ nguyên hình con ếch tư bản đỏ. Chúng ta đang đổi mới, hay đang sửa chữa chủ nghĩa xã hội, cho phù hợp những giá trị xã hội loài người?"

Im lặng.

Một sự im lặng rợn người.

45.

Khi Hàn được tha, vội tìm đến nhà Thiên Đàng, nhưng thấy cổng khóa, cửa đóng. Hỏi xung quanh, ai cũng có vẻ ngại ngần.

- Cô ấy dắt con bông đi rồi?

- Lâu chưa ạ?

- Sau cái hôm ông bị mất tích, cô ấy đến nhà thờ dự lễ thắp nến cầu nguyện, rồi không thấy trở về nữa.

- Nhà thờ thắp nến cầu nguyện cho tôi ư? Tôi có theo đạo đâu?

- Chúa luôn dang rộng vòng tay, ông ạ.

Hàn bùi ngùi cảm động, chợt nhớ đến tờ báo chơi xỏ mình, rõ là "nơi thì lừa đảo, nơi thì xót thương". Đoạn, bình tâm, Hàn lại hỏi:

- Gia đình cô ấy, đi đâu cả rồi?

- Không rõ, hỏi ông trưởng thôn mới biết chuyện khai báo tạm vắng…

Người ta làm dấu thánh.

Có điều gì bí ẩn, lạ kỳ?

*

Đêm.

Nằm trong biệt thự, có lúc Hàn vượt lên hoàn cảnh bị giam cầm, lặng lẽ ôn lại các thủ tục làm lễ hôn phối trong nhà thờ, như một tiểu phẩm kịch nói. Cả hai trao nhẫn cưới cho nhau, trước sự chứng kiến của vị linh mục, thay mặt cho Thiên Chúa và trả lời các câu hỏi của vị linh mục này chỉ với hai từ "có" hay "không" mà thôi:

Linh mục:

"- Anh Hàn có tự nguyện lấy cô Ma-ri-a Thiên Đàng làm vợ không?"

Hàn:

"- Có".

Linh mục:

"- Cô Ma-ri-a Thiên Đàng có tự nguyện lấy anh Hàn làm chồng không?"

Thiên Đàng:

"- Có"

Linh mục:

"- Anh Hàn có nguyện sống chung cùng cô Ma-ri-a Thiên Đàng, không bao giờ phân ly, kể cả khi sung sướng lẫn lúc gặp gian nan, khổ hạnh không?"

Hàn:

"- Có".

Linh mục:

"- Cô Ma-ri-a Thiên Đàng có nguyện sống với anh

Hàn, không bao giờ phân ly, kể cả khi sung sướng lẫn khi gặp gian nan, khổ hạnh không?"

Thiên Đàng:

"- Có".

Ngoài kia, bóng đêm chùm lên vườn thánh. Cánh tay thánh giá nghều ngào. Thiên Đàng như một đốm lửa vụt bay lên trời.

Giấc mơ ngọt ngào trong chốn lao tù, khác nào liều thuốc bổ, an thần, khơi niềm hy vọng.

*

Hàn đi qua chốn cũ, chợt thấy một không khí tưng bừng, hình như đang tổ chức mừng sinh nhật cho ai đó thì phải. A, hôm nay cũng là ngày sinh của mình. Chẳng lẽ Thiên Đàng lại tổ chức mừng sinh nhật cho mình hay sao? Một người có dáng chủ nhà, nhưng sao giống hệt tay phó văn phòng? Hắn chạy chạy ra, xởi lởi:

- Quý anh có lòng đến chung vui sinh nhật cháu, quý hóa, trân trọng...

Một cách mời kiểu cách quý tộc, khiến Hàn ngạc nhiên:

- Xin lỗi, đây là nhà ai ạ?

Hắn ta ngẩn người ra, rồi tuồng như hiểu ý, vội thanh minh:

- Phải, nhưng tôi cho thuê, vừa hết hạn, chuyển về lại đúng dịp...

Hàn xin lỗi, cáo lui, nhưng vẫn ngó lại cái cổng và

ngôi biệt thự, không thể lầm, nhưng sao nó lột xác nhanh đến vậy.

Đêm, vắt tay lên trán, Hàn giật mình, chuyện này, khéo mà họ cãi biến được, ai lại đi bắt nhà văn, nhà báo kiến nghị vấn đề xây dựng đất nước? Nếu bắt thì biên bản đâu, ai biết? Giam ở đâu, biệt thự của người ta đang ở rõ ràng đấy thôi? Có điều gì đó rất chi là mù mờ, như thể bàn tay hội kín. Chẳng lẽ, lại lạc vào trò chơi phù thủy? Trời mà thoát! Ừ nhỉ, cái hôm xảy ra chuyện khám xét đó, vừa chập tối, đèn đường mất điện, tắt ngúm. Chợt có cái xe rà sát vỉa hè và ai đó gọi Hàn, đi uống rượu, giải khuây. Cả nhà và hàng phố ngỡ là bạn bè, chính bản thân còn Hàn ngó vào xem ai, thì đã được kéo tuột vào trong xe, rồi vù ga, tăng tốc.

Tất cả bản thảo và tài liệu đều được bàn giao lại đầy đủ, thậm chí còn thừa ba bản kiến nghị với ba cái phong bì EMS khổ lớn, bị bẩn nhòe lem nhem, như thể ngấm nước lụt. Hàn vào in-tơ-nét, thấy có cả đống thư điện tử và các trang oép-xai, bờ-lốc cũng đầy tin, về chuyện Hàn bị khám nhà và mất tích. Ôi, lúc Hàn bị biệt giam thì cư dân mạng xôn xao cả lên, thế mà sống trong ốc đảo, cách ly thế giới, ngoài vùng phủ sóng, không hay biết gì. Hàn được trả về ban đêm, không rõ lý do gì mà được tha. Tất cả qua đi như một cơn ác mộng, không dấu vết, chỉ hiện hữu trên mạng. Hàn cảm thấy kiêu hãnh một cách tội nghiệp. Trở lại ổ D máy tính, nháy chuột vào thư mục "nháp", tự dưng, màn hình tối đen, vụt tắt, không khởi động lại được nữa. Ôi thôi, mắc bẫy cò ke rồi.

Nhìn cái máy tính chết lặng trên bàn, nom như tảng

đá, Hàn cảm thấy bất lực. Khởi động lại, đồng nghĩa với việc xóa sạch dữ liệu. Khi mở niêm phong, có lập biên bản kiểm trả lại máy tính, chạy qua một lượt các thư mục và tệp phai, không thấy suy chuyển gì. Tất cả hoàn chỉnh như một vở diễn.

Vở diễn, còn cần thêm cảnh quần chúng, rỉ tai truyền miệng, những chuyện thất thiệt về Hàn nữa, để tạo thêm áp lực, một cách đê tiện. Đó là những chuyên gia về khủng bố tinh thần tạo dựng, từ những việc bé như móng tay về sinh hoạt, cho tới chuyện tày đình về tư cách, nghe cứ tưởng trò đùa, bâng quơ, bóng gió, nhưng lặp đi lặp lại ở nhiều nơi, trở thành nỗi ám ảnh trong đầu óc mỗi người, mà không biết phải lần đầu mối từ đâu.

Máy tính - Biệt thự - Dư luận, rồi lại Dư luận - Biệt thự - Máy tính… như bay bổng trong tình trạng không trọng lượng. Các vật thể nhào lộn trong đầu, Hàn cảm thấy buốt như Tôn Ngộ Không bị Đường Tăng niệm thần chú, xiết vòng kim cô.

46.

Hàn đi đi lại lại trong phòng như đèn cù. Lâu không vận động, khớp mỏi, bước chật chưỡng, xuống cầu thang phải đi ngang, lạch bạch như vịt què. "Tuổi già xồng xộc nó thì đến ngay", câu thơ của ai thế nhỉ? Má xệ, túi mắt xưng, tai nghễnh, nhớ nhớ quên quên. Chợt lóe lên ý tưởng mà không ghi lại ngay, hoặc làm ngay là quên tiệt, y như thể nó chui tọt xuống âm ty vậy. Hãy bắt tay vào bản thảo, kẻo xôi hỏng bỏng không.

Thiên Đàng và con bông đi đâu nhỉ, hay là đã lên thiên đường cả rồi? Gia đình nàng bảo, nàng và con bông đi tìm mình cơ mà. Hàn chật vật khởi động lại tay bút, thảo nào, nhiều người phẫn chí, bỏ văn chương, khi quay lại, chết tắc. Có ai qua lò tẩy não, mà vẫn vững tay bút? Có người hóa điên, tưởng mình là hạt thóc, nên luôn sợ gà. Người ta thương hại, khuyên nhủ, nhưng nhà văn vẫn ám ảnh, lý sự rằng, nhưng bọn gà vẫn tưởng tôi là hạt thóc thì sao? Nỗi sợ hãi ám ảnh suốt đời. Tuy cũng là sự tìm tòi sáng tạo, cũng là trách nhiệm công dân phục vụ đất nước, nhưng không có sự chỉ đạo của đảng là bị soi xét, quy chụp. Như thế, làm sao quy tụ được trí thức, văn nghệ sỹ và tập hợp nhân tài chấn hưng đất nước. Bản kiến nghị trăm vạn quân tẽn tò nằm bên đống bản thảo, đang có nguy cơ trở thành giấy lộn. Trăm vạn quân như đàn kiến bị nước lụt vô hiệu hóa.

Văn chương là nỗi đau, ai viết thế nhỉ? Ta có nỗi đau riêng, vì cái lợi chung, liệu có trở thành nỗi đau chung của dân tộc? Hơn thế nữa, văn chương phải có sự phản kháng, tiếng nói phản kháng của nhân dân. Ngộ nhận, lớn lao quá, hay là, cứ thử động bút xem sao?

*

Biệt thự.

Giá sách.

Những quyển kinh điển dày cộp.

Thầy dạy chính trị bảo, những tác phẩm của Lê-nin đã được xuất bản bằng các thứ tiếng trên thế giới, nếu đặt tờ nọ giáp tờ kia, thì sẽ phủ kín trái đất.

Hiện giờ, chưa có xã hội nào tiên tiến hơn tư bản, nhưng trong tương lai, nhất định phải có một xã hội nào đó, phát triển cao hơn tư bản, nhưng không thể là xã hội cộng sản được.

Xã hội đó, chính trị phải đa nguyên, đa đảng, tự do về tư tưởng và ngôn luận; pháp luật thượng tôn; kinh tế thị trường, hàm lượng trí thức và văn hóa sẽ đóng vai trò quan trọng trong sản phẩm, hàng hóa; xã hội dân sự hài hòa, quyền con người là tối cao, nhà nước phụng sự nhân dân… A, còn về văn chương, phải đa trường phái, phong phú về thể loại, tự do sáng tác và xuất bản. Tiến tới xã hội tư bản, đòi hỏi chủ nghĩa xã hội phải sửa chữa rất nhiều sai lỗi, phải coi sự sửa chữa đó như cuộc cách mạng về chính trị, pháp luật, kinh tế, văn hóa, xã hội, vv…

Nghĩ vậy, bất giác, Hàn phá lên cười, không khéo, mình lại xây dựng nên một chủ thuyết hư ảo nào đó. Nhưng nghĩ cho cùng, ai chẳng có quyền ước mơ; ước mơ cho mình, cho gia đình, bạn bè và cho xã hội. Ảo tưởng và sự độc đoán khiến cho xã hội tàn lụi, nhưng ước mơ và sự dân chủ, tự do làm cho con người thăng hoa và xã hội vươn tới tầm cao.

47.

Ghé thăm phòng phát sóng VTV1[(23)] của Đài truyền hình Việt Nam và FM[(24)] của Đài tiếng nói Việt Nam, Hàn toan gọi di động cho Thiên Đàng, nhưng anh chàng vác can nhựa trắng, ngăn lại: "Không gọi được đâu". "Sợ khủng bố à?". "Không phải vậy, xung quanh tường bọc thép hết cả, không gọi được đâu". Hàn chạy ra chân cột ăng-ten, có vạch sóng trên màn hình, nhưng máy Thiên Đàng trả lời tự động: "Cuộc gọi của bạn không thực hiện được" và kèm theo một câu gì đó, bằng tiếng Anh.

Sương mù dày đặc, đỉnh Thiên Thị mờ ảo như cõi thiên đàng. Hàn lững thững xuống núi. Hai đường ống thép dẫn lên núi, ban đầu, cứ ngỡ ống nước, té ra lại là ống cáp truyền dẫn tín hiệu. Các trụ sắt làm giá đỡ vuông góc với đường ống và chếch bốn mươi lăm độ so với sườn núi. A, góc nhìn Thiên Đàng. Giờ này, nàng ở đâu? "Anh đi sương gió dãi dầu". Một bài hát của lính Sài Gòn, có lời như vậy.

Nhớ lại, trong lúc hàn huyên, anh em tòa soạn rủ rỉ tâm sự, thời gian Hàn mất tích, trên mạng xuất hiện loạt bài của Pa-ra-đai (Paradise), phản đối vụ khám xét và bắt cóc này, cho đó là sự vi phạm nhân quyền, về vấn đề thân thể, nơi ở và ngôn luận. Từ đó, anh em mới biết chuyện này. Sau đó là hàng loạt bài từ khắp nơi cùng lên tiếng. Nhưng anh em vẫn bán tín bán nghi, chẳng lẽ, nơi nào cũng thành ngục tù được sao? Người nào cũng có thể bất ngờ bị vồ và lôi đi mất tiêu sao?

Đến lưng chừng dốc, Hàn dừng chân, trật mũ cát-két ra quạt, kéo thốc cả áo lên cho mát, thấy cái bụng của mình cũng đẫm mồ hôi, rốn lún lỗ dế, khiến Hàn nhớ đến bài thơ "con cóc". Đúng thật, mũ trên đầu, giày dưới chân, áo trên thân, quần hở rốn. Ha, ha… Chân lý không cần tô vẽ, nhưng sống mãi với thời gian. Chân lý sinh ra không phải từ sự cầu kỳ, mà từ sự trải nghiệm, có khi xuất hiện ngẫu nhiên, thậm chí, còn từ sự phi lý nào đó.

Xuống dốc mà mất đứt nửa giờ, thế mà anh chàng vác can nhựa trắng chỉ chạy ù mười lăm phút. Mười lăm phút cho một ngàn bốn trăm mười ba bậc đá. Đâu rồi, hỡi người đàn bà và con chó trắng? Hàn ngước lên vách núi, chợt thấy một cây trúc mọc bên gộp đá, trơ gốc, bèn nhổ lên và bẻ ngọn, vừa khéo một cây gậy, mà gốc lại có dáng đầu rồng, mấy cái rễ như thể râu rồng. Lọc cọc xuống núi, Hàn bật cười, chợt nhớ câu đố vui nước ngoài: con gì lên núi bằng hai chân và xuống núi bằng ba chân? A, nếu được gặp Tổng Bí thư, Hàn nghĩ, mình sẽ chống gậy và ra vế đối như vậy, xem ông ta trả lời thế nào, rồi mới có thể nói điều gan ruột.

Bỗng có tín hiệu báo tin nhắn, vang lên trong máy điện thoại di động. Thiên Đàng lên tiếng rồi, Hàn khấp khởi xem màn hình, tin nhắn từ một người mang tên Paradise, với dòng chữ tê-lếch:

"Hayx duwngf laij treen dduwowngf ddi,
hayx nhinf cho kyx vaf hoir cho rox
nhuwngx con dduwowngf xuwa,
dduwowngf naof toots thif ddi". (24)

Hàn lại vác gậy, lững thững xuống núi.

Sương vẫn giăng mờ, trời đất nối liền trong những chuỗi hạt hư ảo, hỗn độn.

Thị trấn Tam Đảo, năm 2009

Vũ Xuân Tửu

VIẾT TRONG ĐAU ĐỚN VÀ SỢ HÃI
(Lời cuối sách)

Tuổi trẻ, tôi cùng bè bạn, hăm hở tiến bước dưới lá cờ Đoàn Thanh niên cộng sản Hồ Chí Minh, đội hậu bị của Đảng Cộng sản Việt Nam, phấn đấu cho mục tiêu xây dựng chủ nghĩa cộng sản; nghe huấn thị, đó là thiên đường của loài người trên mặt đất.

Nhưng dần dần, sự trải nghiệm cuộc sống, so sánh thực tế xã hội với lí luận chủ nghĩa Mác - Lê-nin, tư tưởng Hồ Chí Minh, rồi qua mạng in-tơ-nét, tìm hiểu rộng thêm về chủ thuyết và nhìn ra thế giới, tôi nhận thấy bản thân mình cũng như dân tộc đã lầm đường. Đó là nỗi đau của người bước sang tuổi già và của một dân tộc cần cù, thông minh, anh dũng, nhưng đang kiệt sức, trong quá trình biến thành tín đồ của chủ thuyết ảo tưởng.

Ngẫm lại, thấy sự hy sinh xương máu, trí tuệ, tiền của, mồ hôi và nước mắt bao thế hệ cha anh giành độc lập dân tộc và xây dựng chủ nghĩa xã hội, thật đáng trân trọng xiết bao. Một sự hy sinh, cống hiến hết sức mình, thật sự cao cả và vô tư. Sự cao cả và vô tư đến mức, bị dẫn dụ lầm đường lạc lối, mà vẫn tưởng phấn đấu cho tương lai, coi khó khăn, thất bại chỉ là tạm thời. Nào có ngờ đâu, cả xã hội trở thành phòng thí nghiệm khổng lồ, một đường hầm không lối thoát. Nguyên nhân thất bại đau đớn ấy, là vì sự sai lầm từ chủ thuyết. Chuyện Liên Xô và Đông Âu sụp đổ, là sự cảnh tỉnh bi thương, khiến nhiều người choáng váng, rồi vỡ nhẽ.

Học thuyết về chủ nghĩa cộng sản là ảo tưởng và gây hậu họa khôn lường cho nhân loại, thể hiện trong ba điều cốt lõi: *một là*, chỉ có đảng cộng sản độc quyền lãnh đạo; *hai là*, tiến hành bằng biện pháp đấu tranh giai cấp và chuyên chính vô sản; *ba là*, sở hữu toàn dân về tư liệu sản xuất...

Nếu như, trong bấy nhiêu năm không lầm đường, thì với trí tuệ của giới trí thức và sức mạnh tổng hợp của dân tộc, lại được thiên nhiên ưu đãi, nước Việt Nam ta đã cận kề thiên đường ngay trên mặt đất.

Thời gian diễn ra câu chuyện, chừng một giờ đồng hồ, chỉ đủ cho chuyến lên núi và xuống núi, như một giấc mộng thoảng qua. Ban đầu, bản thảo mang tên "Thác ảo", sau đó đổi lại thành "Thiên đàng biến mất", nhưng đọc trong mạng internet, thấy trùng tên tác phẩm "Thiên đường đã mất" (Paradise Lost), một thiên sử thi bằng thơ không vần của Giôn Min-tơn (John Milton), nên đành phải đổi tên lần chót là **Tôi cần gặp Tổng Bí thư**.

Vậy thử hỏi, cái gì đã làm cho thiên đàng biến mất? Nhân vật chính trong tiểu thuyết, cần gặp người đứng đầu đất nước, để nói điều gì? Phải chăng, đó là chống độc tài, sửa lỗi hệ thống?! Và đó cũng chính là cuộc đời của một nhà văn.

Tiểu thuyết này, được viết ra trong sự đau đớn và sợ hãi, như thể đang ngồi dưới giá treo cổ. Đó là một lá phiếu nhuốm máu tôi, trong cuộc trưng cầu dân ý, để xây dựng xã hội công bằng, dân chủ, văn minh, đưa dân tộc lên bầu trời cao vọng.

Một mai, tôi sẽ mãn nguyện, nếu bạn đọc nào đó, thốt lên: "Chỉ có thế này, mà cũng phải viết trong đau đớn và sợ hãi à?". Đúng! Bởi khi đó, đấng tạo hóa đã trao vào tận tay mỗi người dân Việt Nam, quyền tự do và dân chủ rồi.

Việt Nam, 2009

***Nhà văn* Vũ Xuân Tửu**

Chú thích tiểu thuyết "Tôi cần gặp Tổng Bí thư"

(1) British Broadcasting Corporation (Thông tấn xã quốc gia Vương quốc Anh và Bắc Ai-len)

(2) Cuộc chiến tranh biên giới Việt-Trung, nổ ra ngày 17/2/1979.

(3) Khái niệm chính trị của Lê Duẩn, về ba dòng thác cách mạng: *một là*, hệ thống các nước xã hội chủ nghĩa; *hai là*, phong trào giải phóng dân tộc và độc lập dân tộc; *ba là*, phong trào đấu tranh của giai cấp công nhân và nhân dân lao động các nước tư bản chủ nghĩa, cùng tiến công vào chủ nghĩa tư bản.

(4) Từ ngày 3-4/9/1990, đoàn Việt Nam do Tổng Bí thư Nguyễn Văn Linh, Cố vấn Phạm Văn Đồng, Thủ tướng Đỗ Mười... đã sang Thành Đô (thuộc tỉnh Tứ Xuyên), để thỏa thuận với Trung Quốc có Tổng Bí thư Giang Trạch Dân, Thủ tướng Lý Bằng... về việc bình thường hóa quan hệ Việt-Trung và liên minh bảo vệ chủ nghĩa xã hội.

(5) Việt Nam - Trung Hoa, núi liền núi, sông liền sông. Nhạc và lời : Đỗ Nhuận

(6) Chiến đấu vì độc lập, tự do. Nhạc và lời: Phạm Tuyên

(7) Far East Broadcating Company.

(8) Nghị quyết số 23-NQ/TW, ngày 16/6/2008 của Bộ Chính trị, về tiếp tục xây dựng và phát triển văn học nghệ thuật trong tình hình mới.

(9) Đại hội II của Đảng Cộng sản Đông Dương, tổ chức năm 1951, tại xã Kim Bình, huyện Chiêm Hóa, tỉnh Tuyên Quang. Từ đó, tách mỗi nước có một đảng Mác - Lê-nin riêng biệt. Tổ chức Đảng Cộng sản Việt Nam rút vào bí mật từ tháng 11/1945, gọi tên là Hội Nghiên cứu chủ nghĩa Mác ở Đông Dương, từ nay ra hoạt động công khai, lấy tên là Đảng Cộng sản Việt Nam .

(10) Catholic: Công giáo (Thiên Chúa giáo)

(11) An toàn khu

(12) Khối quân sự Bắc Đại Tây Dương

(13) Hội đồng tương trợ kinh tế

(14) Tổ chức thương mại thế giới

(15) Nhà văn Ma Văn Kháng

(16) Tàu anh qua núi. Nhạc và lời: Phan Lạc Hoa

(17) Tiếng hát thành phố mang tên Người. Nhạc và lời: Cao Việt Bách

(18) Official Development Assistance: Hỗ trợ phát triển chính thức, là một hình thức đầu tư nước ngoài

(19) Gross Domestic Produc: Tổng sản phẩm quốc nội, là giá trị thị trường của tất cả hàng hóa và dịch vụ cuối cùng được sản xuất ra trong phạm vi một lãnh thổ quốc gia, trong một thời kỳ nhất định (thường là một năm).

(20) thơ Tố Hữu

(21) máy tính xách tay

(22) Express Mail Service: dịch vụ chuyển thư nhanh.

(23) Việtnam Televition Oen

(24) Frequency Modultion

(25) Hãy dừng lại trên đường đi, hãy nhìn cho kỹ và hỏi cho rõ những con đường xưa, đường nào tốt thì đi. (Kinh Thánh)

Liên lạc Vũ Xuân Tửu
xuantuuvu@gmail.com

www.ingramcontent.com/pod-product-compliance
Lightning Source LLC
LaVergne TN
LVHW100041051026
849525LV00001B/198